എഴുത്താളൻ

Pacha Books
An imprint of Bodhi Books
Pathiyoor P.O., Kayamkulam
Alappuzha - 690508, Kerala, India
E-mail: bodhibooks03@gmail.com
Tel: +91 9447304886

EZHUTHALAN
by Dr. Arunkumar S.
Poems / Malayalam

First Published by Bodhi Books: October, 2023

Typesetting: Bodhi Books
Cover & Book Design:
Chembarathi Creatives, Kottayam

ISBN:978-81-19770-17-5

Price **Rs. 150**
Production No. B-B-160-1-60-10-23

Printed and bound in India by
Repro Mumbai

എഴുത്താളൻ

ഡോ. അരുൺകുമാർ എസ്.

പച്ച ബുക്സ്
കായംകുളം - 690 508

ഡോ. അരുൺ കുമാർ എസ്.

1980 മെയ് മാസം മുപ്പതാം തീയതി ആലപ്പുഴയിൽ ഹരിപ്പാട് ജനിച്ചു. റിട്ടയേഡ് അദ്ധ്യാപകൻ വി.എൻ. ശിവശങ്കരപ്പിള്ളയും അന്തരിച്ച ഡോ. എൽ. ജയശ്രീയുമാണ് മാതാപിതാക്കൾ.

ഇംഗ്ലിഷിൽ എം.എ, ബി-എഡ്, സെറ്റ്, പി.എച്ച്ഡി. എന്നിവ നേടി. ബാച്ചിലർ ഓഫ് ലോ പാസായി. മലയാളത്തിലും ഇംഗ്ലിഷിലും എഴുതുന്നു.

2002ൽ ഹൈസ്കൂൾ അദ്ധ്യാപകനായി ജോലിയിൽ പ്രവേശിച്ചു. 2009 മുതൽ വൊക്കേഷണൽ ഹയർ സെക്കൻഡറി ഡിപ്പാർട്ട്മെന്റിൽ ലക്ചറർ ആയി പ്രവർത്തിക്കുന്നു.

ഈ യുഗം സാഹിത്യ സാംസ്കാരിക സംഘടനയുടെ സംസ്ഥാന പ്രസിഡന്റ്, ശ്രേഷ്ഠഭാഷാ മലയാളം സംസ്ഥാന കമ്മിറ്റി അംഗം. യുവ കലാസാഹിതി ഹരിപ്പാട് മണ്ഡലം കമ്മിറ്റി പ്രസിഡന്റ്, ഇസ്കഫ് ഹരിപ്പാട് യൂണിറ്റ് രക്ഷാധികാരി, ദർപ്പണം സാഹിത്യ മാസികയുടെ എഡിറ്റർ എന്നീ ചുമതലകൾ വഹിക്കുന്നു.

കലാസാഹിതി അവാർഡ്, കുഞ്ഞിക്കുട്ടൻ തമ്പുരാൻ സ്മാരക അവാർഡ് എന്നിവ ലഭിച്ചു. വിദ്യാഭ്യാസരംഗത്തും സാഹിത്യരംഗത്തും കാട്ടിയ മികവിനെ മുൻനിർത്തി മുൻ ആഭ്യന്തരമന്ത്രി ശ്രീ. രമേശ് ചെന്നിത്തല, കൃഷിമന്ത്രി ശ്രീ. പി. പ്രസാദ് എന്നിവർ ആദരിച്ചിട്ടുണ്ട്.

കൃതികൾ: സുദർശനം കവിതാ സമാഹാരം), ഗുഡ് വിഷൻ, ട്രൂത്ത് ഗുഡ്നസ് ആൻഡ് ബ്യൂട്ടി ബിഹൈൻഡ് ലവ് (ഇംഗ്ലിഷ് കവിതാസമാഹാരം), ആത്മായനത്തിന്റെ കവിത (ഓഡിയോ).

പ്രസാധകക്കുറിപ്പ്

സാമൂഹിക അനീതികളോടു നിരന്തരം കലഹിക്കുകയും മനുഷ്യത്വത്തോടു മറയില്ലാതെ അനുകമ്പ പുലർത്തുകയും ചെയ്യുക എന്നതാണ് എക്കാലത്തെയും കവിധർമ്മം. എഴുത്താളനിലെ നാല്പതു കവിതകളും ഇത്തരം പ്രതിബദ്ധതാ നിർഭരമായ പ്രതികരണങ്ങൾ കൊണ്ടു ശ്രദ്ധേയമാണ്. ഡോ. അരുൺകുമാർ എസ്സ് ആണു ഗ്രന്ഥകാരൻ. കാലത്തോടു സംവദിക്കുന്നതും നവഭാവുകത്വത്തെ വിളംബരം ചെയ്യുന്നതുമായ ഇതിലെ ഓരോ കവിതകളും പ്രതിബദ്ധതയുള്ള ഒരു എഴുത്തുകാരനെയാണു നമുക്കു കാട്ടിത്തരുന്നത്. പച്ച ബുക്സ് അഭിമാനത്തോടെ പുസ്തകം കൈരളിക്ക് സമർപ്പിക്കുന്നു.

ആമുഖം

കാരിരുമ്പിന്റെ കരുത്തുള്ള മഞ്ഞുപോലെ അലിയുന്ന മനസ്സുള്ള എഴുത്താളൻ. എപ്പോഴും കണ്ണീരും, വറുതിയും, മോഹഭംഗങ്ങളും, വിശപ്പും പരകായ പ്രവേശത്തിലൂടെ അനുഭവിച്ചു സ്വായത്തമാക്കി കണ്ണീരിൽ ചാലിച്ചെഴുതുന്നവൻ- എഴുത്താളൻ.

എനിക്കിനിയൊരു ജന്മമുണ്ടെങ്കിൽ ഈ വിശ്വയോനിയിലൂടെ, ഈ അമ്മയിലൂടെ ജനിക്കണം. എനിക്കിനിയൊരു ജന്മമൂണ്ടെങ്കിൽ എനിക്ക് 'എഴുത്താളൻ' ആവണം. 'ഒരേ ഒരു എഴുത്താളൻ'. ലോകത്ത് ഒരേ ഒരു ദൈവമേയുള്ളൂ - അത് വിശപ്പാണ്, അന്നമാണ്, കണ്ണീരാണ്. ലോകത്ത് ഒരു ദൈവമേയുള്ളൂ-അത് അമ്മയാണ്.

ചാന്തിനി മോൾ

അവളുടെ മോഹങ്ങൾ അടർത്തി മാറ്റിയ മനുഷ്യധർമ്മം എത്രമേൽ നിന്ദിതം. തെറ്റെന്ത്, ശരിയെന്ത് എന്നറിയാത്ത നിമിഷത്തിൽ അച്ഛന്റെയും, അമ്മയുടെയും നടുക്ക് അവരുടെ കരങ്ങളാൽ ബന്ധിപ്പിക്കപ്പെട്ട് ഉറങ്ങിക്കിടന്ന അവളെ രാത്രിയുടെ ലാളനക്കായി എടുത്തുകൊണ്ടുപോയ നരാധമൻ പിച്ചി കീറി കൊന്ന് തള്ളിയപ്പോൾ ഞരമ്പിൽ ശുദ്ധ രക്തം ഒഴുകുന്ന ആർക്കും അത് സഹിക്കുന്ന കാര്യമായിരുന്നില്ല.

ദൈവം

അനിതരസാധാരണമായ ശക്തിയുള്ള ഒരു അവസ്ഥ. ഒരു അമാനുഷിക ശക്തി ഉണ്ടാകുന്നത് നല്ലതാണ് പക്ഷേ അത് അതിന്റെ എല്ലാ ശക്തിയും ദുരുപയോഗപ്പെടുത്തിയാൽ അത് വളരെ വലിയ ക്രൂരതയാണ്.നമ്മൾ കാണുന്നത് ദൈവം വളർന്നു വലുതായി മനുഷ്യനെ പീഡിപ്പിക്കുന്ന അവസ്ഥയിലേക്ക് എത്തിയിരിക്കുന്നു

എന്നാണ്, രാഷ്ട്രീയ പ്രസ്ഥാനങ്ങളിലെ അമരക്കാരും അതുപോലെ വളർന്ന് വലുതായിരിക്കുന്നു. മതങ്ങളിലൂടെയും, രാഷ്ട്രീയ പ്രസ്ഥാനങ്ങളിലൂടെയും പുതിയ ദൈവങ്ങളെ സൃഷ്ടിക്കുകയല്ല നമ്മൾ വേണ്ടത്. മനുഷ്യൻ മനുഷ്യനെ സ്നേഹിക്കുകയാണ്, മനുഷ്യൻ മനുഷ്യന് ഉപയോഗപ്രദമായ അവസ്ഥയിൽ എത്തിച്ചേരുകയാണ് വേണ്ടത്. എല്ലാ കുറവുകളോടുകൂടി മനുഷ്യനെ സൃഷ്ടിച്ചിട്ട് ആ കുറവിന് അവനെ പഴിചാരുന്ന ദൈവത്തിനെ കവി വഴിയിൽ തടഞ്ഞു നിർത്തി ചെവിക്കല്ലിന് തല്ലുന്നു. പ്രതികരണ ശേഷിയില്ലാത്ത സമൂഹത്തെ സൃഷ്ടിച്ചതിന് കവി ദൈവത്തോട് പ്രതികരിക്കുന്നു.

ബക്രീദ്

ബക്രീദ് സ്നേഹത്തിന്റെയും സാഹോദര്യത്തിന്റെയും സമൃദ്ധിയുടെയും പ്രതീകമായ് വരുമ്പോൾ ഒരുമിച്ച് ആസ്വദിക്കുകയും , ആഘോഷിക്കുകയും വേണം. ദൈവത്തിന്റെ സ്നേഹത്തിന്റെ കരങ്ങളെ അറിഞ്ഞ് പെരുമാറണം. സത്യത്തിന്റെ ആഴങ്ങൾ അറിഞ്ഞ് പെരുമാറണം.

ജീവിതചിന്ത

വിവാഹ ബന്ധവും, അവിഹിതവും ഒരുമിച്ചു കൊണ്ടുപോകുന്ന പുതിയ സമൂഹത്തിന് ഒരു വേറിട്ട ചിന്തയാണ് ഇത്.

കവി

കവി ആരാണെന്ന് കവി ചിന്തിക്കുന്നു. എന്തിനോടും, ഏതിനോടും പ്രതികരിക്കുന്നവനാണ് കവി. ആദി കവി തന്റെ മുമ്പിൽ കണ്ട ക്രൂരതക്കെതിരെ പ്രതികരിച്ചത് കൊണ്ടാണ് ആദ്യ കാവ്യം ഉണ്ടായത്. എന്തിനോടും, ഏതിനോടും പ്രതികരിക്കണം. നമുക്ക് നമ്മളാവണം. മനുഷ്യത്വമുള്ളവരായി കഴിയണം.

ആത്മവിശ്വാസം

എന്തു സംഭവവും തുടങ്ങുന്നതിനും ജീവിതത്തിനും അത്യാവശ്യമായ ഘടകം, മൂലധനം അത് ആത്മവിശ്വാസമാണ്. ആത്മവിശ്വാസമുള്ളവനെ കൊല്ലാൻ പറ്റും പക്ഷേ തോൽപ്പിക്കാനാവില്ല.

കടത്തിണ്ണയിൽ ഉറങ്ങുന്ന കൊച്ചു പെൺകുട്ടി

കടത്തിണ്ണയിൽ ഉറങ്ങുന്ന കൊച്ചു പെൺകുട്ടി മനസ്സിൽ ചൂണ്ടക്കൊളുത്തിട്ട് വലിച്ചു. പകലു മുഴുവൻ പണിയെടുത്ത് കത്തുന്ന സൂര്യനിൽ മനസ്സും, ശരീരവും ഉരുകി രാത്രിയിൽ അമ്മയും അച്ഛനുമൊപ്പം കെട്ടിപ്പിടിച്ച് ചന്ദ്രികയുടെ കീഴിൽ ഉറങ്ങുന്ന പെണ്ണ്. അവൾ ഉറ

ങ്ങട്ടെ, നാളെയുടെ നല്ല സ്വപ്നങ്ങളും കണ്ട്.

കാട്

കാട് മനുഷ്യൻ പിറന്ന വീടാണ്. ആ കാട്ടിലേക്ക് ഒരു യാത്ര പോകണം.

കറുപ്പും വെളുപ്പും

തെരുവോരത്തെ ബാല്യങ്ങൾ അച്ഛനും, അമ്മയും ജോലിക്ക് പോകുമ്പോൾ വീടില്ലാത്ത പഠിത്തമില്ലാത്ത കുട്ടികൾ. ഇളയ കുട്ടിയെ നോക്കേണ്ടത് മൂത്ത കുട്ടിയാണ്. രണ്ടിനും ഒരേ നിറമല്ല ഒരുത്തൻ കറുത്തവനും, ഒരുത്തൻ വെളുത്തവനും. ഇളയ കുഞ്ഞിനെ തോളിലേറ്റി, കരങ്ങളിലിട്ട്, തുള്ളിച്ചാടി സന്തോഷിക്കുന്ന ഏട്ടൻ.

മധുര പ്രതികാരം

മധുര പ്രതികാരം സമൂഹത്തിന്റെ സ്വഭാവം പ്രകടമാക്കുന്നു. പരസ്പരം വെല്ലുവിളിക്കുന്നവരാണ് ചുറ്റും. ആരാണ് വലിയവൻ എന്ന് പരസ്പരം ചോദിക്കുന്നു. തൊട്ടിലാട്ടി, തോളിലേറ്റി വളർത്തി വലുതാക്കിയ, ചിന്തകൾക്ക് പ്രചോദനമായവനെ ഇന്നലത്തെ മഴയിൽ കിളിച്ച തകരകൾക്ക് പുച്ഛമാണ്. അവരോട് ഒരു മധുര പ്രതികാരം എങ്കിലും ആ മഹാൻ ചെയ്യേണ്ടേ?

ഓണം

ഒത്തൊരുമയുടെ, സ്നേഹത്തിന്റെ , മനസ്സിന്റെ നന്മയുടെ, ഇന്നലെയുടെ സമൃദ്ധിയുടെ അറിവാണ്.

സത്യം വദ ധർമ്മം ചര

സത്യം പറയണം ആർക്കും ഉപദ്രവവും ഇല്ലാത്ത സത്യം പറയണം. സത്യം പറയുന്നവന് കുരിശിലേറ്റുന്ന സമൂഹമാണ് ഉള്ളത്. അതാണ് അന്നുതൊട്ട് ഇന്നുവരെ നമ്മൾ കാണുന്നത്.

ഞാൻ ആര്

ഞാനാരെന്ന കവിതയിലൂടെ കവി ഭീഷണിപ്പെടുത്തിയവർക്കെതിരെ ആഞ്ഞടിക്കുന്നു.

പെണ്ണ് പിഴച്ചതല്ല

പെണ്ണ് പിഴച്ചതല്ല ഈ സമാഹാരത്തിലെ ഏറ്റവും പ്രധാനപ്പെട്ട കവിതയാണ്. എല്ലാ പെണ്ണിനും ഒരുപോലെ പ്രതികരിക്കാൻ കഴിയില്ല. അവൾ യോനിയിൽ മുള്ളുള്ളവളായി ജനിക്കണം. അവളെ കടന്നു പിടിക്കുന്ന നരാധമന്റെ ലിംഗത്തിൽ രക്തം പൊടിപ്പിക്കണം. സ്വന്തം അമ്മയെ പെങ്ങളെ വിശ്വയോനിയെ അപമാനിക്കില്ല എന്ന്

കരഞ്ഞു വിളിച്ചു അവൻ ഓടി അലയണം.

തിരിച്ചുവരവും കാത്ത് കയ്യിൽ കടിച്ച് മുറിവ് വരുത്തി രക്തം പൊടിഞ്ഞപ്പോൾ അവൾ പറഞ്ഞു എന്നും ഞാൻ നിന്റെ കൂടെ ഉണ്ടാവും എന്ന്. പിന്നീടെപ്പൊഴോ മറ്റൊരാളുടെ കയ്യും പിടിച്ച് തിരിച്ചുപോയപ്പോഴാണ് മനസ്സിലായത് തന്ന വാക്കുകൾക്ക് ഒരുവിലയുമില്ലായിരുന്നു എന്ന്.

മകളെ മാപ്പ്

വന്ദന ഒരു തിരിച്ചറിവാണ്. നല്ലത് ചെയ്യുന്നവന് എന്താണ് ഇവിടെ ഈ ലോകത്തിൽ പ്രതിഫലം എന്ന്. അവൾ അവളുടെ ജോലി ചെയ്യുകയായിരുന്നു. ആതുര ശുശ്രൂഷ നടത്തുകയായിരുന്നു.അപ്പോഴാണ് ഒരു മാനസിക രോഗി അവളെ യാതൊരു പ്രകോപനവും കൂടാതെ കുത്തിക്കൊന്നത്. അവളെ രക്ഷിക്കാൻ ആരുമില്ലായിരുന്നു. പോലീസും ഗാർഡും എല്ലാം സ്വന്തം ജീവൻ രക്ഷിക്കാൻ ഓടുകയായിരുന്നു. 'വൈരിക്കു മുൻപേ ഉഴറിയോടിയ ഭീരുക്കൾ'.

നരഭോജികൾ

ആദിവാസി യുവാവ് മധു എന്റെ സഹോദരനാണ്. അവനെ നടുറോഡിൽ കെട്ടിയിട്ട് തല്ലിക്കൊന്നു. മൊബൈലിൽ ചിത്രീകരിച്ചു. മൂന്നുവർഷത്തിനുശേഷം ഇടക്കിടെ ഉള്ള ചിന്തകളിലൂടെ എഴുതിയതാണ്. നരഭോജികൾ എന്നത് ഇന്നത്തെ പരിഷ്കൃത സമൂഹമാണ്. നിയമം കയ്യിലെടുക്കാനോ, ആരെയും തല്ലിക്കൊല്ലാനോ പാടില്ല. സമൂഹത്തിന് മുന്നിൽ നടന്ന ഈ കൊലപാതകത്തിന്, ഈ മൃഗീയതയ്ക്ക് കാരണക്കാരായവരെ ജയിലിൽ അടയ്ക്കാൻ നമ്മുടെ നിയമത്തിന് ശക്തിപോരാ.

നാഗസാക്കി

ഇന്നിന്റെയും എന്നിന്റെയും ചിന്തയാണ് നാഗസാക്കി. രാത്രി ഉറങ്ങി രാവിലെ എഴുന്നേൽക്കുമെന്ന പ്രതീക്ഷയോടെ കിടന്ന പാവങ്ങളുടെ തലച്ചോറ് തകർത്തുകൊണ്ട് ലിറ്റിൽ ബോയ് എന്ന ആറ്റംബോംബ് പ്രതികാരം വീട്ടി. കുഞ്ഞുങ്ങൾ വിവസ്ത്രരായി റോഡിലൂടെ ഓടി. വർഷങ്ങൾ കഴിഞ്ഞിട്ടും അതിന്റെ ദുരന്തങ്ങൾ ഇന്നും തുടരുന്നു. ചോദ്യമാണ് യുദ്ധം വേണോ ?സമാധാനം സൃഷ്ടിക്കാൻ ഏതെങ്കിലും യുദ്ധത്തിന് ആവുമോ ?

മതിലുകൾ

പണ്ട് നമുക്ക് മതിലുകളില്ലായിരുന്നു, അതുകൊണ്ടുതന്നെ സ്നേഹത്തിന്റെ പുഴ നമ്മളുടെ ഇടയിൽ ഒഴുകിയിരുന്നു. ഇപ്പോൾ നമുക്ക്

മതിലുകൾ ഉണ്ട്. ആ മതിലുകൾക്കുള്ളിൽ പഴയ ആ ഭീകരജീവിയെ പോലെ നമ്മൾ വസന്തവും കാത്ത് ഇരിക്കുകയാണ്.

ജിഹ്വ

കവിക്കൊരു നാവുണ്ട്. പ്രതികരിക്കുക തന്നെ ചെയ്യും. ഒരു ചങ്ങലക്കും ഒരു ചെകുത്താനും അവനെ തളച്ചിടാൻ ആവില്ല.

ഗുരു

ഗുരു ആരാണ്? അറിവില്ലായ്മ എന്ന അന്ധകാരത്തെ ഇല്ലാതാക്കി വെളിച്ചം പകരുന്നവനാണ് ഗുരു. നമുക്ക് അവൻ വസന്തം സൃഷ്ടിക്കുന്നു. സമൂഹത്തിന് ഉപയോഗപ്രദമായ വ്യക്തികളെ ചെത്തി കൊത്തി മിനുക്കി നല്ല ഒരു ആശാരിയെ പോലെ നല്ല കൊല്ലനെപ്പോലെ ശില്പം രചിക്കുന്നു.ചുറ്റുമുള്ളതെല്ലാം നമ്മുടെ ഗുരുക്കന്മാരാണ്. കാടും, തോടും, മലയും, വെള്ളവും, വെള്ളച്ചാട്ടവും, സുഹൃത്തും എല്ലാവരും.

ചന്ദ്രയാൻ

ചന്ദ്രയാൻ ശാസ്ത്രത്തിന് ഇന്ത്യയുടെ കുതിപ്പ് കാണിച്ചുതരുന്നു. ലോകത്തിലെ മാറ്റങ്ങൾ കാണിച്ചുതരുന്നു. അത് നമ്മൾ ഉൾക്കൊള്ളേണ്ടതാണ്. പ്രതികരിക്കേണ്ടതാണ്.

സ്നേഹം

സ്നേഹത്തിന്റെ ഭാഷ അത് നമ്മളെല്ലാവരും അറിഞ്ഞിരിക്കേണ്ടതാണ്, പ്രവർത്തിയിൽ കൊണ്ടുവരേണ്ടതാണ്.

അർജ്ജുനൻ

അർജ്ജുനൻ ആര് എന്ന തിരിച്ചറിവ് നമുക്ക് ഏവർക്കും അത്യാവശ്യമായ ഒരു ഘടകമാണ്.

എനിക്ക് വികസിക്കണം

പുഴുക്കളെപ്പോലെ ഈ അഴുക്കിൽ തിരിഞ്ഞു പിരിഞ്ഞ് ജീവിക്കേണ്ടതല്ല ഞാൻ. ഞാൻ അനന്ത വിഹായസ്സിൽ പറന്നുനടക്കേണ്ടവനാണ്. ആകാശം എനിക്ക് അതിർവരമ്പല്ല.

ആഗ്രഹിക്കാൻ കുന്നുള്ളപ്പോൾ എന്തിന് കുന്നിക്കുരുവിനു വേണ്ടി ചെറുതാകണം? എനിക്ക് വലിയ ചിന്തകളാണ്. വലിയ ആഗ്രഹമാണ്.

ഓണം

ഓണം ഓർമ്മപ്പെടുത്തലാണ് സഹജീവിയെ സ്നേഹിക്കാനുള്ള, അവനോട് സാഹോദര്യത്തോടെ ഇടപെടാനുള്ള ഒരു ഓർമ്മ

പ്പെടുത്തൽ

കവിതകളിൽ കഥയുണ്ട് വിതയുണ്ട് ജീവിതങ്ങൾ ഉണ്ട്. ഒരിക്കലും നന്നാവില്ല എന്ന മർക്കട മുഷ്ടിയെ നന്നാക്കിയേ അടങ്ങൂ എന്ന നിശ്ചയദാർഢ്യമുണ്ട്. കവിതയിൽ ഒരു കവിയുണ്ട് - എഴുത്താളൻ ഉണ്ട്.

ഡോ. അരുൺ കുമാർ എസ്., ഹരിപ്പാട്

ചാന്ദിനി മോൾ, പിടയ്ക്കുന്ന ഓർമ്മ

ദുഃഖത്തിന്റ അടിത്തട്ടിൽ ഒരു കദന കഥ പറയാതെ ഒളിക്കുന്നു.
അതൊരു പെൺകുരുന്നിന്റെതാണ്.
ധൈര്യ ശാലിയായ പെൺകുരുന്നിന്റെ.

ചാന്ദിനി മോൾ ഒരു വിടരുന്ന പനിനീർ പൂവയിരുന്നു.
അവളുടെ നിഷ്കളങ്കത ഇരുട്ടിന്റെ മറവിൽ ആരോ കുടിച്ച് വറ്റിച്ചു.
അവളുടെ പിഞ്ചുപാദം പതിഞ്ഞ വഴിയിൽ ഒരു നാരധമന്റെ നിഴൽ പതിഞ്ഞു.

ചാന്ദിനി മോൾ എപ്പോഴും പുഞ്ചിരിക്കുന്ന പൂവായിരുന്നു.
അവളുടെ കുരുന്നു മനസ്സിൽ ഒത്തിരി സ്വപ്നങ്ങൾ ഉണ്ടായിരുന്നു.
അച്ഛനെ കുറിച്ച്, അമ്മയെ കുറിച്ച്, ജിവിതത്തെ കുറിച്ച്.
പക്ഷെ തിന്മയും കാമവും നരകവും ഒത്തുചേർന്ന ഒരുവൻ അവളെ കാർന്നു തിന്നു.
അവളുടെ നിലനിൽപ്പിനെ ഇല്ലാതാക്കി.
അവളുടെ പുഞ്ചിരിയെ നിശ്ശബ്ദമാക്കി.
അവളുടെ സന്തോഷം തുടച്ചുനീക്കി.
ഈ ലോകത്തിന് അവളെ സംരക്ഷിക്കാനുള്ള ചങ്കുറപ്പില്ലായിരുന്നു.
മുളയിലെ നുള്ളപ്പെട്ട ബാല്യം.
അവൾ ചകിത ഹൃദയങ്ങളും ചെഞ്ചോര ചിത്രങ്ങളും ബാക്കിയാക്കി.

മോളെ ഒരു സ്വർഗ്ഗലോകം ഉണ്ടെങ്കിൽ നിനക്ക് അവിടെ സമാധനവും,
സ്നേഹവും, സംരക്ഷണവും ലഭിക്കട്ടെ.
ലോകമേ ഭിന്നിക്കാതെ നമുക്കൊന്നിച്ച് നിൽക്കണം.

ഈ തമസ്സിനെ ആട്ടി അകറ്റാൻ, നിയമവും നീതിയും
നടപ്പാക്കാൻ.

അവളുടെ വേദന കാറ്റിൽ പറത്തി കളയാൻ ഉള്ളതല്ല.
അവളുടെ ചങ്കിലെ ചോര പിടക്കുന്നു.
അവൾ ജീവിക്കുന്നു നമ്മളിലൂടെ.

നമ്മുടെ ശബ്ദം ഒത്തൊരുമിച്ച് ഉയരട്ടെ.
കാലങ്ങളായി നിശബ്ദമാക്കപ്പെട്ട പെണ്ണിന് വേണ്ടി.
പെണ്ണിന്റെ നാഗ്നമേനിക്ക് വേണ്ടി നിമിഷങ്ങൾ എണ്ണിപെറുക്കി....
കരഞ്ഞും കാലിപിടിച്ചും കാമവെറി എന്തെന്നറിയാതെ
മനസ്സും, ശരീരവും, ജനനേന്ദ്രയവും കൊത്തി പറിക്കപ്പെട്ട
കുരുന്നിനുവേണ്ടി.

മണ്ണിൽ ഉറങ്ങുന്ന ചാന്ദിനി മോൾക്ക് നീതി വേണം.
ക്രൂരതയ്ക്കും, നിരാശക്കും എതിരെ യുദ്ധം ചെയ്യുന്ന
ഞങ്ങൾക്ക്
നഷ്ടപ്പെടാൻ ഒന്നുമില്ല.
ഞങ്ങളുടെ ഉള്ളിലെ തീനാളം
നീതിയുടെ ദേവത കണ്ണ്തുറക്കാതെ അണയില്ല.
ചാന്ദിനി ഞങ്ങളുടെ ഉള്ളിന്റെ ഉള്ളിലെ ശബ്ദമാണ്.
നിർമ്മലത്വത്തെ, നിഷ്കളങ്കത്വത്തെ
പിച്ചിക്കീറാൻ ചങ്കിൽ പന്തംകൊളുത്തിയ ഞങ്ങൾ ഇനി
അനുവതിക്കില്ല.
ഞങ്ങൾ ഇനി ഒരിക്കലും
നോക്കുകുത്തികൾ ആവില്ല.

ദൈവം

മതങ്ങളിലൂടെ രാഷ്ട്രീയപ്രസ്ഥാനങ്ങളിലൂടെ പുതിയ
ദൈവങ്ങളെ
സൃഷ്ടിക്കുകയല്ല വേണ്ടത്.
പുതിയ ദൈവങ്ങളെ വാഴ്ത്തി
പാടുകയല്ല നമ്മൾ ചെയ്യേണ്ടത് മറിച്ച് നമ്മൾ തന്നെ
സഹജീവിയോട്
സ്നേഹമുള്ള, കാരുണ്യമുള്ള
ദൈവമായി മാറുകയാണ് വേണ്ടത്.

മതങ്ങൾ ചാട്ടവാറുമായി
വന്ന് നമ്മളെ പഠിപ്പിച്ചു...
അങ്ങ് വിദൂരതയിൽ നിലാകാശത്ത്
ദന്തഗോപുരത്തിൽ ഒരു
അദൃശ്യനായ വ്യക്തി നമുക്കുവേണ്ടി
അപ്പക്കഷണങ്ങളുമായി
കാത്തിരിക്കുന്നു എന്ന്.

എല്ലാ ദൗർബല്യങ്ങളോടും കൂടി
മനുഷ്യനെ സൃഷ്ടിച്ചിട്ട്
ആ ദൗർബല്യങ്ങൾക്ക്
അവനെ പഴിചാരുന്ന ദൈവത്തിനെ നമുക്ക്
ചോദ്യം ചെയ്യണം.

വഴിയിൽ പിടിച്ചുനിർത്തി
കരണത്തടിച്ച് ചോദ്യം ചെയ്യണം.
കണ്ണുണ്ടെങ്കിലും കാണാത്ത
കാതുണ്ടെങ്കിലും കേൾക്കാത്ത
നാവുണ്ടെങ്കിലും പ്രതികരിക്കാത്ത
നപുംസകങ്ങളെ സൃഷ്ടിച്ചതിന്.

ബക്രീദ്

ഓർമ്മയും ഓർമ്മപ്പെടുത്തലുമാണ് ബക്രീദ്
സ്നേഹമാണ്, ത്യാഗമാണ്
ജീവിതത്തിന്റെ ഇഴയടുപ്പമാണ് ബക്രീദ്.

ഇവിടെ മനുഷ്യന്റെ ഗന്ധമുണ്ട്,
മണ്ണിന്റെ ഗന്ധമുണ്ട്, സ്നേഹത്തിന്റെ ഗന്ധമുണ്ട്.
ത്യാഗമാണ് ലോകത്തിലെ ഏറ്റവും വലിയ നേട്ടം.
മനുഷ്യനെ സേവിക്കാൻ കഴിഞ്ഞാൽ ഈശ്വരനെ അറിയാൻ കഴിയുന്നു.
ഈശ്വരനെ സ്നേഹിക്കാൻ കഴിയുന്നു.

വിശക്കുന്നവന്റെ വയറിലാണ് ദൈവം.
കണ്ണീരണിയുന്നവന്റെ കണ്ണീരിൽ ആണ് ദൈവം.
മണ്ണിൽ വിയർപ്പിറ്റിച്ച് പണിയുന്നവന്റെ ഹൃദയത്തിലാണ് ദൈവം.

ഇരുട്ടിൽ കൂട്ടിൽ നിന്ന് ചങ്ങലകൾ ഭേദിച്ച് നമുക്ക് ഈ സ്നേഹത്തെ അറിയണം,
ഈ ത്യാഗത്തെ അറിയണം, ഈ ഊഷ്മളതയെ, ഈ കരുതലിനെ അറിയണം.
ഗ്നേഹമാണ് അള്ളാഹു, സ്നേഹമാണ് നബി, ജീവിതമാണ് ഖുർആൻ.
' സ്നേഹിക്ക നാം നമ്മെ മറന്ന് സാക്ഷാൽ ദൈവത്തെ ഓർത്ത്
അ്ഭുതം ഈ പ്രപഞ്ചം. '

ജീവിത ചിന്ത

വിശ്വസിച്ച് കൂടെ വന്ന ജീവിതപങ്കാളിയെ ഇല്ലാതാക്കുമ്പോൾ, ഒരു നിമിഷത്തെ വികാരവിക്ഷോഭം വർഷങ്ങളുടെ സ്നേഹത്തെ കെടുത്തി കളയുമ്പോൾ, മനുഷ്യൻ ഈശ്വരനെക്കാൾ ശക്തൻ എന്ന് കരുതുന്ന നാട്ടിൽ പുനർജനിപ്പിക്കുക ഒരു മരീചികയാണ്. എങ്കിലും നമ്മുടെ ഉള്ളിലെ കാടത്തം സഹജീവിയെ, സ്നേഹിതനെ സ്നേഹിതയെ, ഭാര്യയെ നമ്മുടെ അഹങ്കാരത്തിന് സൈ്വര്യ ജീവിതത്തിന് ഭംഗം വരുമ്പോൾ, ഇല്ലാതാക്കുമ്പോൾ പിന്നീടുള്ള ചോദ്യം - എങ്ങനെ മറവു ചെയ്യും എന്നുള്ളതാണ്. സ്നേഹത്തെയും, വിശ്വാസത്തെയും, പരിഗണനയേയും വെട്ടി കൂട്ടുമ്പോൾ പുനസൃഷ്ടിക്കാൻ നമ്മൾ പരാജിതനാണ്. സ്നേഹത്തിനുമേൽ പക നിമിഷനേരത്തേക്ക് അന്ധകാരം സൃഷ്ടിക്കുമ്പോൾ നമ്മൾ നമ്മുടെ നന്മയെ, സത്യത്തെ, ഈശ്വരനെ, ജീവിതം തന്നെ കുഴിച്ചുമൂടുമ്പോൾ വെട്ടിക്കൂട്ടിയ ജീവിതത്തുണ്ടുമായി അങ്ങോട്ടുമിങ്ങോട്ടും അലയുമ്പോൾ ജീവിതവും മരണവും ഒരുപോലെ.

ആരാണ് കവി

ഞാൻ ഒരു കവിയാണ്. അതുകൊണ്ട് മാത്രം അതിനെക്കുറിച്ച് രണ്ടു വാക്ക്. ലോകത്ത് ഒരു കവിയെ ഉള്ളൂ ബാക്കിയെല്ലാം അതിന്റെ നിഴലുകളോ തുടർച്ചക്കാരോ മാത്രമാണ്. പ്രകൃതിയും ഈശ്വരനും ഞാനും യോജിക്കുന്ന സമയത്ത് അറിയാതെ സംഭവിച്ചു പോകുന്നതാണ് കവിത. നമ്മൾ വെറും മാധ്യമങ്ങളാണ്. നമ്മുടേത് ഒരു നിയോഗമാണ്. ഈ എണ്ണപ്പെട്ട ശ്വാസത്തിൽ നമുക്ക് നമ്മുടെ ധർമ്മം ചെയ്യാം. എന്തിനോടും, ഏതിനോടും പ്രതികരിക്കാം. സമൂഹത്തിലെ നല്ലതിനോടും ചീത്തയോടും എല്ലാം. പിന്നിടുന്ന വഴിയിൽ നമ്മൾക്ക് തണലാകേണ്ടത് മുന്നേ സഞ്ചരിച്ചവരാണ്.

ഞാൻ കുറവില്ലാത്തവനാണ്

എനിക്കെപ്പോഴും വലുതാകാനാണ്
ഇഷ്ടം. ചെറുതാവാൻ തീരെ താല്പര്യമില്ല.
ആഗ്രഹിക്കാൻ കുന്നുള്ളപ്പോൾ
എന്തിനാണ് കുന്നിക്കുരുവിന് വേണ്ടി
ബലം പിടിക്കുന്നത്.

മനുഷ്യനാകണം

ഇന്ന് തിരുവോണം ഉഗാണ്ട
യൂണിവേഴ്സിറ്റിയിൽ നിന്നും
ബിരുദം നേടാനും, ഒരു കോടി
കൊടുത്ത് ജോലി വാങ്ങാനും,
ലക്ഷങ്ങൾ കൊടുത്ത് അത് നിലനിർത്താനും,
പാഴായിപ്പോയ വാക്കിനും, പ്രവർത്തുക്കും,
ജീവിതത്തിനും വേണ്ടി വിലപിക്കാൻ വേണ്ടിയല്ല...

നീലാകാശത്തിന് താഴെ ഒരു
മറയുമില്ലാതെ കിടന്നുറങ്ങി, ഒരു
നേരത്തെ ഭക്ഷണം സ്വപ്നം കണ്ട്
ഞെട്ടിയുണരുന്ന സഹോദരങ്ങളെ
ഇടംകണ്ണുകൊണ്ടെങ്കിലും ഒന്നു
നോക്കാൻ - മനുഷ്യനാണെന്ന് സ്വയം ഓർമ്മപ്പെടുത്താൻ.

പോരാളി

എന്റെ രാജ്യം
കത്തിയമരുമ്പോൾ പെൺമനസ്സും,
ശരീരവും ഹൃദയവും, ആത്മാവും പിച്ചികീറുമ്പോൾ, അവളുടെ
അവസാന തുള്ളി രക്തവും കുടിച്ച് കിരാതനൃത്തമാടുമ്പോൾ,
മാളത്തിലൊളിക്കാനും, വീണ വായിക്കാനും, എനിക്കാവില്ല.
ഞാനെന്റെ ആയുധം കയ്യിലേന്തി ഇറങ്ങും,പുതിയ ചരിത്രം
സൃഷ്ടിക്കുവാൻ. മരിച്ചു മണ്ണായ ഇന്ത്യയെ പുന:സൃഷ്ടിക്കുവാൻ

എന്നിൽ നിന്ന് നീ യാതൊരു വിട്ടുവീഴ്ചയും പ്രതീക്ഷിക്കരുത്
കാരണം എന്റെ നീതിയും എന്റെ നിയമവും, എന്റെ കോടതിയും,
ജഡ്ജിയും ഞാൻ തന്നെയാണ്.

എന്റെ കണ്ണിലെ, ചുണ്ടിലെ, നാവിലെ വാക്കിലെ തീയിൽ
വെന്തു വെണ്ണീറാവാനുള്ളതേ ഉള്ളൂ നീ. എന്റെ പെൺമക്കളുടെ
വിശപ്പും, നൈരാശ്യവും, പ്രാണനും, വിശ്വാസവും ഞാനാണ്.
അത് ഞാൻ കാക്കുക തന്നെ ചെയ്യും.

കടത്തിണ്ണയിൽ ഉറങ്ങുന്ന കൊച്ചു പെൺകുട്ടി

കറുത്തവാവ്, കറുത്തമേഘം, കാഞ്ചി വലിച്ചു.
ഇരുട്ടിൽ നിഴലുകൾ പതുങ്ങി നടക്കുന്നു.
ഒന്നുമറിയാതെ ആ പൊന്നുമോൾ ഉറങ്ങുന്നു.
ഇരുട്ടിന്റെ താളത്തിൽ ശ്വാസം വലിക്കുന്നു.
ചുവന്ന സന്ധ്യയെ കാറിത്തുപ്പി ഭള്ളു പറഞ്ഞയച്ചു,
സൂര്യൻ പടിഞ്ഞാറ് കതകടച്ചു.
ഒരുപാട് കവിതകൾ എഴുതി-പ്രേമത്തെപ്പറ്റി
കുറ്റബോധം-വിശപ്പിനെ, കണ്ണുകാണാത്ത ഇരുട്ടിനെ,
പിഞ്ചു ബാല്യങ്ങളെ, സ്നേഹത്തിനെ മറന്നതിന് മാപ്പ്.
കറുത്ത രാത്രിയും കൂട്ടുകാരിയും തുടിച്ചു നീന്തുന്നു.
തിരിച്ചറിയാത്ത മുഖങ്ങൾ...
കറുപ്പിനുള്ളിലെ വെളുപ്പ് അിറയുവാൻ കടുത്ത സ്നേഹത്തിന്
മനസ്സുരുക്കുവാൻ

അവിടെ കവിത മൂളുവാൻ കവി ഇരിപ്പില്ല,
കളിക്കൂട്ടുകാരില്ല, കളിപ്പാട്ടങ്ങൾ ഇല്ല, കളി വഞ്ചിയില്ല,
കളിയായിട്ടുള്ള സ്വപ്നങ്ങൾ ഇല്ല,
കുമിഞ്ഞു കൂടിയ തണുപ്പ്, കണ്ണുകാണാനാവാത്ത വിശപ്പ്,
കടുത്ത പട്ടിണി,
അരവയർ, കീറിപ്പറിഞ്ഞവസ്ത്രം.
അവൾക്ക് സ്വപ്നങ്ങൾ ഉണ്ട്.
കറുത്ത മേഘങ്ങൾ വലിച്ചുകീറി വെളുപ്പ് മോന്തുവാൻ , സ്വപ്നം
സഫലമാക്കുവാൻ , എരിഞ്ഞടങ്ങുന്ന സൂര്യൻ ഉണ്ട്, ഈ
പ്രപഞ്ചം ഉണ്ട്.
ശ്വസിക്കുന്ന വായു ഉണ്ട്.
അവൾ ഉറങ്ങട്ടെ ഈ തണുത്തരാത്രിയിൽ, ഒരു പുതപ്പ് പോലുമേ
പുതച്ചിടാതെ.
കരിപുരണ്ട മോഹങ്ങൾ നനച്ചുനട്ട്, നാള
ഉണർന്നെഴുന്നേൽക്കട്ടെ പ്രഭാത സൂര്യനിൽ
കുളിച്ച് കുറിതെട്ട്. ഉയർന്നു പെന്തട്ടെ സ്വപ്നങ്ങളുടെ ചിറകിൽ,
അനന്തവിഹായസിൽ അതിരുകളില്ലാതെ അതിർവരമ്പുകൾ
ഇല്ലാതെ ജീവിതത്തിന്റെ നൗകയിൽ,
പ്രത്യാശയുടെ മുനമ്പ് തേടി മുന്നോട്ട് പേകട്ടെ.
കറുത്ത സ്വപ്നങ്ങളേ വിട വെളിച്ചമേ, സത്യമേ ഇവൾക്ക് കൂട്ടിന്
നടന്നകന്നൊരെൻ കണ്ണിലെ രണ്ട് കണ്ണുനീർ തുള്ളികൾ.

കാട്

കാടു പാടും പാട്ടു കേട്ടു.
കാടലറുമലർച്ച കേട്ടു.
കാട്ടരുവികൾ കണ്ടു.
കാടുറങ്ങുകയായിരുന്നു.
കാട് കിനാവുകയായിരുന്നു.
കാട്ടിലോടും മാനേ കണ്ടു.
വിശന്നു പായും പുലിയെ കണ്ടു.
കാട്ടരുവികൾ കണ്ടു.
അവിടെ ഞാനും എൻ സുഹൃത്തും
തണലു തേടി തളിരു തേടി
നീരു തേടി പടവുതാണ്ടി..........

കറുപ്പും വെളുപ്പും

കറുപ്പും വെളുപ്പും, വെളുപ്പും കറുപ്പും,
ചുവപ്പും കറുപ്പും, കുന്നിക്കുരുവും,
വേറിട്ട് മാറ്റാൻ പറ്റില്ലൊരിക്കലും.
ഇതു നല്ല കാലം ഈശന്റെ കാലം.
കറുപ്പേ വെളുപ്പേ, വെളുപ്പിൻ കറുപ്പേ
മനസ്സിൻ വെളുപ്പേ
അടങ്ങാതിരിക്കട്ടെ, അണയാതിരിക്കട്ടെ സ്നേഹപ്രഭ നീ.
നീയാണ് സ്നേഹം ഗുരു
ജഗത്തിന് ഈശ്വരൻ.

അറിയേണ്ടതെല്ലാം അിറഞ്ഞു
ഇനി നീ വളർന്നു വലുതായാൽ
വിദ്വേഷത്തിൻ അജ്ഞാന തിമിരം
പിടിപെടാതിരിക്കട്ടെ.

മഹാകവി

കവി ജീവിച്ചിരിക്കുമ്പോൾ -
കവിത വെള്ളത്തിൽ വരച്ച വരയായിരുന്നു.
അതിന് ജീവൻ ഉണ്ടായിരുന്നില്ല.
വിമർശകരുടെ ശരശയ്യയിൽ പിടയുന്ന
ഒരു അവസ്ഥ ഉണ്ടായിരുന്നു.
നെഞ്ചിലെ ചോര മുഴുവൻ ഞെക്കി ഊറ്റി
നിമിഷങ്ങൾ എണ്ണിപ്പെറുക്കി എഴുതിയതിന്
ഒരു വിലയും ഇല്ലായിരുന്നു.
പിന്നീടപ്പോഴോ കവി മരിച്ച് മണ്ണായി.

കവി മരിച്ചതിൽ പിന്നെ
കവിതയ്ക്ക് വലിയ വിലയായി.
സഹൃദയരുടെ പുതിയ വ്യാഖ്യാനങ്ങൾ ആയി.
പത്രക്കാർ അതിനെ ആഘോഷിക്കാൻ തുടങ്ങി.
അനുസ്മരണകളും ഡോക്യുമെന്ററികളുമായി.

വെള്ളത്തിൽ വരച്ച വര അങ്ങനെ
ജീവരക്തം കൊണ്ടു വരച്ചവരയായി.
മരിച്ചതിൽ പിന്നെ കവി പുനർജനിച്ചു.

മധുര പ്രതികാരം

നീ ജനിക്കുന്നതിനു മുന്നേ , നീ വളരുന്നതിനുമുന്നേ, നീ പുഷ്പിക്കുന്നതിനു മുന്നേ , ഞാനിവിടെ ഉണ്ടായിരുന്നു. നീ ഇന്ന് വളർന്നു പന്തലിച്ചപ്പോഴും ഞാനുണ്ട്. ഒരു കാലത്ത് ഞാൻ നിനക്കൊരു വൻകരയായിരുന്നു, പിന്നീട് എപ്പോഴോ ഖനീഭവിച്ച മഞ്ഞുമലയായി. ഭൂഖണ്ഡങ്ങളെ വേർതിരിക്കുന്ന കടൽ ഉണ്ടെങ്കിലും ഞാനെപ്പോഴും ശാന്തിയുടെ തീരമാണ് , ഊർജ്ജമാണ് , ചിന്തയാണ്, പ്രകാശമാണ്. പറയൂ നിനക്ക് ഞാൻ ആരാണ് ? നമ്മളിൽ കേമനൊരാൾ ഉണ്ടാകുമല്ലോ ? നിന്റെ ചുണ്ടുകളിൽ , നിന്റെ നിശ്വാസത്തിൽ നിന്ന് എനിക്കതു കേൾക്കണം. അത് എന്റെ മധുരമായ പ്രതികാരമാണ്.

ഓണം

ചിങ്ങത്തിന്റെ മഹത്വം മലയാളിയെ പുണരുമ്പോൾ ,
എല്ലാത്തിനുംതുടക്കമായ മാസം , പരിശുദ്ധിയുടെ തുടക്കം.
വൈവിധ്യമാർന്ന വർണ്ണങ്ങളിൽവസ്ത്രങ്ങൾ ധരിച്ച് കുട്ടികൾ.
പ്രകൃതി തന്നെ ഉണർന്ന് പ്രവർത്തനനിരതയാകുന്നു.
വസന്തത്തിന്റെ താളം ഓരോ പുൽക്കൊടിയിലും കേൾക്കാം.
ആകാശത്തിന്റെ നീലിമ അനുഗ്രഹം ചൊരിയുന്നു.
ദൂരത്ത് എപ്പോഴോ രണ്ടുതുള്ളി ജലകണം മഴത്തുള്ളിയായി
താഴേക്ക് പതിക്കുന്നു.
ഭൂമിയെ ഉറക്കം ഉണർത്തി വനദേവതയെ പോലെ
സുന്ദരിയാക്കി നിർത്തുന്നു. മൺതരികളെയെല്ലാം പ്രകൃതി
ഉമ്മവെച്ചുണർത്തിയിരിക്കുന്നു.
ഓരോ ചെടിയിലും പുതിയ സ്വപ്നങ്ങൾ പോലെ പുഷ്പങ്ങൾ
വിരിഞ്ഞു നിൽക്കുന്നു.
ജീവിതത്തിന് പുതിയ താളം ലഭിച്ചിരിക്കുന്നു.
ഓണത്തിന്റെ ആത്മാവ് തുടിച്ചു പാടുന്നു.
ഓണത്തിന്റെ സുഗന്ധം കാറ്റിൽ പറക്കുന്നു.
സന്തോഷത്തിന്റെ തുള്ളിച്ചാടലിൽ ആൾക്കാർ ഒത്തുകൂടുന്നു.
സദ്യയും വട്ടമേളവും തകൃതിയായി നടക്കുന്നു.
വയറു നിറയെ പായസവും ഉപ്പേരിയും കഴിച്ച് മദിച്ചുറങ്ങുന്നു ,
ഊഞ്ഞാലിലാടുന്നു.

ആരോഎന്നോ തീർത്ത കലയുടെ തുടർച്ച പോലെ
ഇന്ന് കൊച്ചുകുട്ടികൾ പൂക്കളങ്ങൾ ഇട്ട് സന്തോഷിക്കുന്നു.
അവർക്ക് അത് സന്തോഷത്തിന്റെ 10 ദിനങ്ങൾ ആണ്.
മഹാബലിയെ കാത്തിരിക്കുന്ന കുരുന്നു മനസ്സുകൾ, കുരുന്നു
ഹൃദയങ്ങൾ.
ഇത് പാരമ്പര്യത്തിന്റെ ഗാനമാണ്. ഇതിൽ ധാരാളിത്തം ഉണ്ട് ,
പഴങ്കഥകളുണ്ട് ,
പറഞ്ഞാലും, പറഞ്ഞാലും തീരാത്ത കഥകളുണ്ട്,

ഇതിഹാസങ്ങളുണ്ട്.
കഥകളി നർത്തകർ ചരിത്രം ആവർത്തിക്കുന്നു.
മോഹിനിയാട്ടം, തിരുവാതിര എല്ലാം തകൃതിയായി നടക്കുന്നു.
ചിങ്ങം നമ്മുടെ ഓരോരുത്തരുടെയും കാതുകളിൽ പ്രത്യാശയുടെ ഉറപ്പ് ചൊല്ലുന്നു.
സ്വപ്നങ്ങൾ ഉയർന്നു പൊങ്ങുന്നു.
ഇവിടെ വിശ്വാസം ഉണ്ട്, സ്നേഹമുണ്ട്, പ്രതീക്ഷയുണ്ട്.
ദൂരത്തനന്തതയിൽ നീല നക്ഷത്രങ്ങൾ കണ്ണുചിമ്മുന്നു.
അവരുടെ കുസൃതി ഓണത്തിനു മാറ്റു കൂട്ടുന്നു.
. വഞ്ചിപ്പാട്ടും, നാടൻപാട്ടും, ഓണപാട്ടും കാതിന് കുളിർമയേകുന്നു.
മുത്തച്ഛനും കുരുന്നുകളും കഥകളുടെ ലോകത്താണ്.
അമ്മയും അച്ഛനും തിരക്കിലാണ് - സൗഹൃദങ്ങൾ ഊട്ടിയുറപ്പിക്കാൻ,
വിരുന്ന് വിളിക്കാൻ, വിരുന്ന് പോകാൻ.
മലയാളിയുടെ ആദ്യമാസം നമ്മളെ വിളിക്കുകയാണ്,
നമമുടെ ഉള്ളിന്റെ ഉള്ളിലെ സത്യത്തെ , നന്മയെ, സ്നേഹത്തെ ഉണർത്താൻ.
ഓണം പാടുന്നത് സ്നേഹത്തിന്റെയും ഒത്തൊരുമയുടെയും പാട്ടാണ്.
സന്തോഷത്തിന്റെ പാട്ട്, പുനർജ്ജനിയുടെ പാട്ട്, പരിശുദ്ധിയുടെ പാട്ട്.

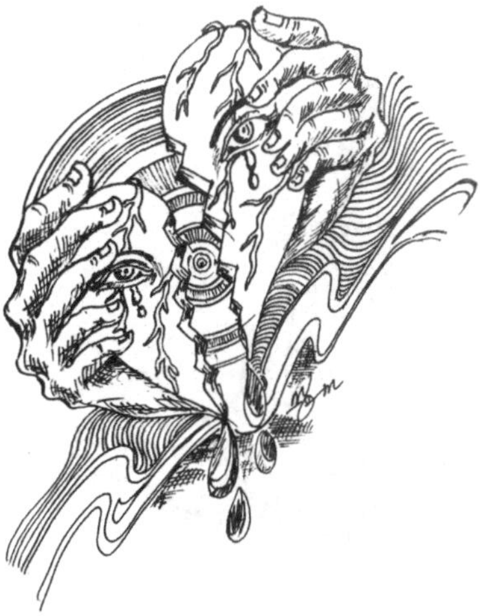

സത്യം വദ ധർമ്മം ചര

ഒറ്റ വാചകത്തിൽ പറഞ്ഞാൽ സത്യം പറഞ്ഞവനെ
കുരിശിലേറ്റിയിട്ടുണ്ട്.
സത്യം പറഞ്ഞതിന് ഒരാളെ കുരിശിൽ ഏറ്റി
മറ്റൊരാളുടെ കാൽപാദത്തിൽ അമ്പെയ്തു.
ഒരാളെ നാടുകടത്തി.
ഒരാളെ വിഷം കൊടിത്തു കൊന്നു.
'വെന്തെരിഞ്ഞ ബ്രൂണോ
എത്ര കുരിശുകൾ ചരിത്ര പാതയിൽ. '
സത്യം പറയുന്നവനെ കല്ലെറിയുന്നത്
അന്നും ഇനും തുടരുന്നു.

ഞാൻ ആര്

പലരും പറയാറുണ്ട്, ഭീഷണിപ്പെടുത്താറുണ്ട്
അവരുടെ വികൃതമായ മുഖം അറിയണമെങ്കിൽ
മറ്റുള്ളവരോട് ചോദിച്ചാൽ മതിയെന്ന്.
അവർ അവരുടെ വികൃതവും , ഭീകരവുമായ മുഖം
മറ്റുള്ളവരോട് കാണിക്കുന്നതിൽ
സന്തോഷം കൊള്ളുന്നവരായിരിക്കാം
പക്ഷേ, എന്റെ വികൃതമായ മുഖം മറ്റുള്ളവർ കണ്ടിട്ടില്ല
അതറിയാൻ മറ്റുള്ളവരോടു ചോദിച്ചിട്ട് കാര്യവുമില്ല
അത് അറിയാൻ എന്നോട് തന്നെ ചോദിക്കണം.

പെണ്ണ് പിഴച്ചതല്ല

എനിക്കൊരു പെണ്ണായി ജനിക്കണം
യോനിയിൽ മുള്ളുള്ള പെണ്ണ്.
അവന്റെ കുന്ത മുനകളിൽ രക്തം പൊടിപ്പിക്കാൻ.

എനിക്കൊരു പെണ്ണായി ജനിക്കണം
മുലകളിൽ വിഷം പുരട്ടിയ പൂതനയെ പോലെ
അവന്റെ അന്തർദാഹങ്ങളെ ഇല്ലാതാക്കാൻ.

എനിക്കൊരു പെണ്ണായി ജനിക്കണം,
നാവിൻ തുമ്പത്ത്
കാളകൂട വിഷം ഇറ്റു വീഴുന്ന പെണ്ണ്.
അവന്റെ ചുണ്ടുകളെ നക്കി തുടച്ച്
കാമ വെറിയെ എന്നന്നേക്കുമായി ഇല്ലാതാക്കാൻ.

എനിക്കൊരു പെണ്ണായി ജനിക്കണം
തന്തയ്ക്ക് പിറന്ന പെണ്ണ്.
രാവും, പകലും വ്യത്യാസില്ലാതെ
നെഞ്ചിലെ കനലിൽ നിന്ന് വരുന്ന
വെളിച്ചത്തിൽ സഞ്ചരിക്കണം.
എനിക്കൊരു പെണ്ണായി ജനിക്കണം
പെണ്ണായി ജീവിക്കണം പെണ്ണായി മരിക്കണം.
എന്റെ കാമനകളെ പൂർത്തീകരിക്കണം.
അതെന്റെ അവകാശമാണ്.
ഒരുവന്റെയും ഔദാര്യമല്ല.

തിരിച്ചുവരവും കാത്ത്

മകര മാസത്തിലെ കുളിരുന്ന രാവിൽ
നെഞ്ചുരുമ്മി ഇരുന്നപ്പോൾ
എന്റെ കയ്യിൽ
ചുണ്ടുകൾ അമർത്തി നീ പറഞ്ഞു
ശ്വാസം നിലയ്ക്കുന്നതുവരെ
നീ എന്നോടൊപ്പം ഉണ്ടാകുമെന്ന്.

പക്ഷേ കാലം മാറി.
നീയും മാറി.
ഒരു വിശുദ്ധ വേശ്യയെ പോലെ
രാത്രിയുടെ കറ കഴുകി നീ മറ്റാരുടെയോ കൂടെ പോയി.
നിനക്ക് ഞാൻ കാണുന്നത് കാണാൻ കഴിയില്ല.
ഞാൻ കേൾക്കുന്നത് കേൾക്കാൻ കഴിയില്ല.

ഞാനിന്ന് ഓരോ ദിവസത്തെയും ഒരു
വിഡ്ഢിചിരിയോടെ എതിരേൽക്കുന്നു.
എന്റെ ചിരിയുടെ പുറകിൽ
മുറിവേറ്റ് പിടയുന്ന ഒരു ഹൃദയമുണ്ട്.

കരളും പറിച്ചു പറന്നവൾക്ക്
എന്നുമീഗായകൻ പാട്ടു പാടും ......

മകളേ മാപ്പ്

ഇരുൾ പൂവ് തിന്നു മദിച്ചവൻ അദ്ധ്യാപകൻ
അക്ഷരകൊടുങ്കാറ്റിൽ നിവർന്നുനിന്ന നെല്ല് - വന്ദന
സ്നേഹത്തിന്റെ നറുപുഷ്പം.
നിന്നെ കൊന്നു സീറ്റ് ബെൽറ്റും
ഹെൽമറ്റും മാത്രം പിടിക്കുന്ന പോലീസ്.
എക്സ്പീരിയൻസ് ഇല്ലാത്ത മന്ത്രി.
കിരാത സമൂഹം.
അരുത് കാട്ടാളാ
നഷ്ടപ്പെട്ടത് ഒരു അമ്മക്ക്
ഒരു അച്ഛന്
തീരാത്ത കരളു പറിയുന്ന വേദന
എനിക്കു നൽകാൻ
ഈ കണ്ണീരും കവിതയും മാത്രം

നരഭോജികൾ

ആദിവാസി യുവാവ് മധുവിനെ ഒരു കൂട്ടം നരഭോജികൾ തല്ലിക്കൊന്നപ്പോൾ കവി പ്രതികരിക്കുന്നു. എന്റെ പ്രതികരണമാണ് എന്റെ കവിത. അത് എന്റെ വികാരങ്ങളുടെ പകരക്കാരനാണ്.

മാനിഷാദ -അരുത് കാട്ടാളാ,
അവൻ പിറന്നു വീണത് കാടിന്റെ നടുവിലാണ്.
കരുമാടിക്കുട്ടൻ.
അവൻ വളർന്നു തീർത്തത് നിശബ്ദ നൊമ്പരങ്ങളാണ്.
അവൻ അക്ഷരങ്ങളെ ആത്മാർത്ഥമായി സ്നേഹിച്ചു.
കാതങ്ങളോളം നടന്ന് കുടിപ്പള്ളിക്കൂടത്തിൽ പോയി
വിദ്യ അഭ്യസിച്ചു

അവന് നിന്ദയുടെയും, പരിഹാസത്തിന്റെയും പ്രോഗ്രസ്
കാർഡുകളേ
കിട്ടിയുള്ളൂ, അംബേദ്കറെപ്പോലെ
അവന്റെ ഉള്ളിലെ പ്രണയം വാക്കിനോടായിരുന്നു.
പിന്നീട് ആത്മാവിൽ കൂടുകൂട്ടിയ പെണ്ണിനോടായി.
അവനത് ഉറക്കെ വിളിച്ചു പറഞ്ഞു.
സ്നേഹത്തിന്റെ ശരശയ്യയിൽ കിടന്നു പുളഞ്ഞ് അവൻ
ആത്മരതി കൊണ്ടു.
അവനും അവളും ഒന്നാകാൻ ശ്രമിച്ചപ്പോൾ
നരഭോജികൾ അവനെ അടിച്ചോടിച്ചു.
അവന്റെ അന്തർദാഹത്തെ ഊതിക്കെടുത്തി.

അച്ഛന്റെ വേർപാടോടെ വിദ്യാഭ്യാസം
അവന് വിലക്കപ്പെട്ട കനിയായി.
ജീവിതനൊമ്പരങ്ങളുടെ ഭാണ്ഡവും പേറി അവൻ നടന്നു.
പിന്നെയും എപ്പഴോ പഠിക്കുവാൻ ശ്രമിച്ചു.
പക്ഷേ എല്ലാം പരാജയപ്പെട്ടു.

പ്രണയം അവനെ കാർന്നു തിന്നുന്ന
ഒരു ചിലന്തിയെപ്പോലെയായിരുന്നു.
അവൻ വീണ്ടും ഒരു പെണ്ണിനെ പ്രണയിച്ചു.
പരിഷ്കൃതസമൂഹം അവനെ പഞ്ഞിക്കിട്ടു.
അവന് സ്വബോധം നഷ്ടപ്പെട്ടു.
മുളയിലേ നുള്ളിയ മോഹങ്ങൾ
അവന്റെ ആത്മാവിലെ അസ്ഥിവാരങ്ങൾ മാന്തി.
നാറാണത്തുഭ്രാന്തനെപ്പോലെ അവൻ അലഞ്ഞു നടന്നു.

പാടും പിശാചുകൾ ചാകരകൾ കൊയ്യുന്ന
ജീവിത ചുടലയിൽ നിന്നും
ചുരിക പോൽ ചുഴലി വന്ന് അകലത്തിലെറിയുന്ന
ചെറുപുഷ്പ സങ്കൽപ്പ ചിത്രങ്ങൾവിരിയിച്ച
മണ്ണിൽ പിറന്നവൻ - നാറാണത്തുഭ്രാന്തൻ

നാറാണത്തുഭ്രാന്തനെപ്പോലെ അവൻ അലഞ്ഞു നടന്നു.
വിശപ്പെന്ന കൊടും ക്രൂരത അവനെ വല്ലാതെ അലട്ടി.
അവൻ കാടു താണ്ടി നാട്ടിലെത്തി.
ഒരു നേരത്തെ ഭക്ഷണം മോഷ്ടിച്ചു.

കാറും, കോട്ടും, വീടും, റബ്ബറിൻ സൂത്രവും (കോണ്ടം)
അറിയാവുന്ന പരിഷ്കൃത സമൂഹം അവനെ വേട്ടയാടി.
കവലയിൽ കെട്ടിയിട്ടു.
പച്ച മനുഷ്യനെ തല്ലിക്കൊന്നു.

ഇടയ്ക്കെപ്പഴോ അവൻ പറഞ്ഞത് ഇത്രമാത്രം.
എനിക്കു വിശക്കുന്നു.
മർത്യസ്നേഹത്തെ മൃത്യുവിൽകൂടിയും ആവാഹിച്ച
മഹിത മാന്ത്രികൻ ബാപ്പു. മരിക്കുന്ന സമയത്ത്
പറഞ്ഞത ിത്രമാത്രം ഹേറാം.
അതുപോലെ അവനും.
ഇടയ്ക്കെപ്പഴോ അവൻ പറഞ്ഞത് ഇത്രമാത്രം.
എനിക്കു വിശക്കുന്നു.

ലോകത്തിലെ ഏറ്റവും വലിയ കുറ്റം അത് വിശപ്പാണ്,
പട്ടിണിയാണ്.
ലോകത്തിലെ ഏറ്റവും വലിയ കുറ്റം അത് വിശപ്പാണ്,
പട്ടിണിയാണ്.
നരഭോജികൾ അവനെ കാർന്നു തിന്നു.
അവന്റെ മോഹങ്ങൾ അടർത്തി മാറ്റിയ
മനുഷ്യ ധർമ്മങ്ങൾ എത്രമേൽ നിന്ദിതം.
ജീവിതം എന്നുമവന് ഒരു തീരാശാപമായിരുന്നു.
He was a star crossed man.

നാഗാസാക്കി

നാഗാസാക്കി പൂത്തുലഞ്ഞ ഒരു നാടായിരുന്നു.
ചൂടേറിയ ചർച്ചകളും ആൾക്കൂട്ടങ്ങളും ഉണ്ടായിരുന്നു.
ഒന്നുമറിയാത്ത പാവങ്ങളുടെ തലച്ചോർ തകർത്ത്
കിലോമീറ്ററുകൾ മരുഭൂമിയാക്കി
അമേരിക്കയുടെ അണുബോംബവിടെ പതിഞ്ഞു.
വിധിയുടെ കറുത്ത
പേടിപ്പെടുത്തുന്ന കബന്ധങ്ങൾ നൃത്തമാടി.
അവിടെ പ്രത്യാശ നഷ്ടപ്പെട്ടു.
നിഷ്കളങ്ക ഹൃദയങ്ങൾ
ആരുടെയോ ക്രൂരതയ്ക്ക് ബലിയാടുകളായി.
വിശാലമായ പട്ടണത്തിൽ
കണ്ണുനീരും , രക്തവും , കുടലും , പണ്ടവും
മണ്ണിനെ കുഴച്ച് ഈറൻ ഉള്ളതാക്കി.
നിശബ്ദതയുടെ പ്രത്ധ്വനി
കാലങ്ങളോളം നീണ്ടുനിന്നു.
അമ്മമാരുടെ താരാട്ടും
തെരുവോരത്തെ ഭിക്ഷക്കാരുടെ പാട്ടും
കൊച്ചു കുട്ടികളുടെ സന്തോഷവുമെല്ലാം
കാറ്റത്തലിഞ്ഞുപോയി.
തിരിച്ചുകിട്ടിയത് നിരാശയും മരവിച്ച മനസ്സുമാണ്.
ഈ ചാരത്തിൽ നിന്നും
ഫിനിക്സ് പക്ഷികൾ പറന്നുയർന്നു.
അവ പാടുന്നത്
ലോകസമാധാനത്തിനു വേണ്ടിയാണ്
അണുബോംബിന് എതിരെയാണ്.
മനുഷ്യന്റെ സ്വാർത്ഥതയ്ക്കെതിരെയാണ്.

ജീവിത സത്യം

ജയിക്കാൻ വേണ്ടി തോൽക്കാനും
ഇഷ്ടമാണ്.
പക്ഷെ തോൽക്കാൻ വേണ്ടി
തോൽക്കാൻ തീരെ ഇഷ്ടമല്ല.

ആത്മവിശ്വാസം

ഏതു സംരംഭം തുടങ്ങാനും, നടത്തിക്കൊണ്ടു പോകാനും,
ജീവിക്കാനും , മരിക്കാനും , കവിയാകാനും,
കലാകാരൻ ആകാനും ആദ്യം വേണ്ട
മൂലധനമാണ് ആത്മവിശ്വാസം.
ആത്മവിശ്വാസമുള്ളവനെ അവനവനെ അറിഞ്ഞവനെ
തോൽപ്പിക്കാൻ ആവില്ല.
....

ജീവിതത്തിൽ എന്തെങ്കിലും ആകണമെന്നുണ്ടെങ്കിൽ
ഏറ്റവും കൂടുതലായി വേണ്ട രണ്ട് കാര്യങ്ങൾ
ആഗ്രഹവും, ആത്മവിശ്വാസവുമാണ്.
ആത്മവിശ്വാസമാണ് ഏറ്റവും വലിയ മൂലധനം.
സാഹിത്യകാരൻ ആണെങ്കിലും ഏറ്റവും ആവശ്യം
ആത്മവിശ്വാസമാണ്..... എന്ത് ചവറാണെങ്കിലും
മറ്റുള്ളവരുടെ മുന്നിൽ കൊണ്ടു ചെന്ന് കാണിക്കാനുള്ള
ധൈര്യം വേണം.
വൈരൂപ്യം പോലും ചിലപ്പോൾ ചിലർക്ക്
ആകർഷണീയമായി തോന്നും.
So don't be afraid , don't be hesitated.

മതിലുകൾ

അന്ന് നമുക്ക് മതിലുകൾ ഇല്ലായിരുന്നു.
പക്ഷേ ഇന്ന് നമുക്ക് മതിലുകൾ ഉണ്ട്.
ഇടയ്ക്ക് വന്ന മതിലിന് പൊക്കം കുറവായിരുന്നു.
ഇന്നത്തെ മതിലിന് ആ കാശത്തേളം ഉയരമുണ്ട്.
മൂന്നാൾ പൊക്കമില്ലാത്ത മതിലിനെ
ആൾക്കാർ പുഛരിക്കും.
കൊട്ടാരം പോലത്തെ വീടുണ്ട് പക്ഷേഉള്ളിൽ സ്നേഹമില്ല.
പണ്ട് കുടിലുണ്ടായിരുന്നു.
തറയിൽ ചാണകം മെഴുകിയിരുന്നു.
പക്ഷേ അവിടെ സ്നേഹമുണ്ടായിരുന്നു.
നമുക്ക് മതിലുകൾ വേണം.
നമ്മുടെ നഗ്ന സത്യങ്ങൾ മറ്റുള്ളവർ
അിറഞ്ഞാൽ നമ്മൾ ഇല്ലാതാകും.
നമുക്ക് മറക്കാൻ മാറില്ല
മറക്കാൻ തുടയില്ല.
മാറു മറക്കാൻ സമരം ചെയ്തിരുന്നു.
നമ്മൾ നമ്മളിൽ നിന്നും അകന്നിരിക്കുന്നു.
എന്നിട്ടും നമുക്ക് സ്നേഹിക്കാൻ ആരും ഇല്ല.
കല്ലുപ്പും മുളകും ചേർത്ത് പച്ചമാങ്ങ
കഴിച്ച നിമിഷങ്ങൾ ഓർമ്മയുണ്ട്.
കശുമാങ്ങ ചപ്പിയ നിമിഷങ്ങൾ ഓർമ്മയുണ്ട്.
ഇന്ന് നമുക്ക് ബോട്ടിലിൽ കിട്ടും
മാംഗോ ജ്യൂസ്, കൈതചക്ക ജ്യൂസ്.
കൈതചക്കയിലെ മുള്ള്
കൈകൾ മുറിച്ച നിമിഷങ്ങൾ ഓർമ്മയുണ്ട്.
ഇന്ന് നമുക്ക് കിട്ടും
പൈനാപ്പിൾ ജ്യൂസ് മാംഗോ ജ്യൂസ്
ഇവയിൽ ഒന്നും മാമ്പഴ ചാറില്ല , കൈതച്ചക്ക ചാറില്ല.
പാടത്ത് പണിഞ്ഞിരുന്ന അച്ഛനുണ്ട്

ചെറിന്റെ മണമുള്ള അച്ഛനുണ്ട്.

കോട്ടിട്ട അച്ഛനെ , താടി വെച്ച
അച്ഛനെ ഫ്രെയ്മിലുള്ള അച്ഛനെ
മാത്രമേ നമ്മൾ വണങ്ങു.
അല്ലാത്ത അച്ഛൻ നമ്മുടെ അച്ഛനല്ല.

അമ്മയെ സ്നേഹിക്കാൻ മറന്നു.
അമ്മിഞ്ഞപ്പാലിനെ മറന്നു.
നമ്മുടെ ജീവിതം
മാറ്റിമറിച്ച നിയമ പുസ്തകമായിരുന്നു അമ്മ.
ഇന്നത്തെ അമ്മയ്ക്കും ഒത്തിരി മാറ്റമുണ്ട്.
കുട്ടി വളർന്നത് അറിഞ്ഞില്ല.
അവൻ പോയ വഴികൾ അിറഞ്ഞില്ല.
എന്നിട്ടും കുട്ടിയെ സാധൂകരിക്കാൻ നടക്കുന്നു.

കഞ്ചാവും, ലഹരിയും, കാമവും മൂത്ത്
അവൻ ചെയ്യുന്നത് എന്തെന്ന് അറിയുന്നില്ല.
ഇവിടെ ഒന്നും ഒറിജിനൽ ഇല്ല.
എല്ലാം ഡ്യൂപ്ലിക്കേറ്റുകൾ മാത്രം.
തുന്നിക്കെട്ടിയ ബന്ധങ്ങളാണ് നമുക്കുള്ളത്.
സ്വാഭാവികമായ ബന്ധങ്ങൾ ഇല്ല.
ഹ്യദയം കൊണ്ട് സ്നേഹിക്കുന്നവരെ നമ്മൾ വെറുക്കുന്നു.
പക്ഷേ നാവുകൊണ്ട് സ്നേഹിക്കുന്നവരെ
നമ്മൾ പുകഴ്ത്തുന്നു.

നമുക്ക് മതിലുകൾ വേണം. നമുക്ക് ഒളിച്ചിരിക്കണം.
നമുക്ക് സൗഹ്യദങ്ങൾ വേണ്ട.
നെറ്റിലെ ചാറ്റിങ് മതി.
നമുക്ക് നമ്മളിലേക്ക് ഒതുങ്ങാം.
അവിടെ ഒരു വലിയ കോട്ട കെട്ടി
വസന്തവും ശിശിരവും ഹേമന്തവും
ഒന്നും എത്താത്ത രാക്ഷസക്കോട്ടയിൽ പാർക്കാം.

ജിഹ്വ

സ്വന്തമായിട്ട് ഒരു നാവുണ്ട്
ആർക്കും വാടകയ്ക്ക് കൊടുത്തിട്ടില്ല.
അടിമയല്ല , പ്രജയല്ല , പൗരനാണ്.
ചൊറിഞ്ഞാൽ മാന്തണം എന്ന് പഠിപ്പിച്ചത്
വിശ്വസാഹിത്യകാരനാണ്.
വൈക്കം മുഹമ്മദ് ബഷീർ.
മിന്നാമിനുങ്ങിനെ കൊണ്ട്
തീ ഉണ്ടാക്കാൻ ശ്രമിക്കുന്നവർക്കിടയിൽ
കൂടുതൽ വാക്കില്ല നാക്കില്ല
ഒരേ ഒരു അരുൺ കുമാർ എസ്.

പ്രണയം

പ്രണയം അതിർവരമ്പുകൾ ഇല്ലാത്ത ഒരു കടലാണ്.
പ്രഭാത സൂര്യന്റെ കിരണമാണ്.
പുൽകൊടിയിലെ ജലകണമാണ്.
അത്രകണ്ട് പുണ്യമാണ്.
കിടപ്പറയിലെ യാഗാഗ്നിയിലേക്ക്
നഗ്നമേനികളുടെ സമർപ്പണമാണ്.

പ്രണയം അനുഭവമാണ്, സുഗന്ധമാണ്.
അത് രണ്ട് ഹൃദയങ്ങളെ ഒന്നാക്കുന്ന വികാരമാണ്.
നീ എന്റേതാണെന്നും
ഞാൻ നിന്റേതാണെന്നും
അറിയുന്ന ഒരുതരം അഹങ്കാരമാണ്.
പ്രണയം ഭ്രാന്താണ് ,
ഉറക്കം തരാത്ത ഭ്രാന്ത്.

നിനക്ക് വേണ്ടി ഞാൻ
ഏഴുക കടലുകൾ കടക്കും.
ഗിരീശൃംഗങ്ങൾ കീഴടക്കും ,
സൗഗന്ധിക പൂവ് കൊണ്ടുവരും.

പ്രണയത്തിന് ഒരു മന്ത്രമുണ്ട് ,
ഒരു ഇന്ദ്രജാലം ഉണ്ട്.
അത് അന്തർമുഖനെ ബഹിർമുഖനാക്കുന്നു.
ബഹിർമുഖനെ അന്തർമുഖൻ ആക്കുന്നു.
പ്രണയത്തിന്റെ താളം
ആസ്വദിക്കാൻ കഴിയുന്നിടത്തോളം കാലം
അതിൽ നിഷിദ്ധമായിട്ടൊന്നുമില്ല.
അത് ഫ്രോയിഡിന്റെ പ്രിൻസിപ്പിളും കടന്ന്
ഒത്തിരി മുന്നോട്ട് പോയിരിക്കുന്നു.

അതൊരു യജ്ഞമാണ്.
അഭിലാഷങ്ങളുടെ പൂർണ്ണതയാണ്.
ചുണ്ടോട് ചുണ്ട് ചേർത്ത് സ്വർഗ്ഗങ്ങൾ തീർക്കുന്ന
ഒന്നുമില്ലായ്മയുടെ എല്ലാമെല്ലാം.

ഗുരു

അമ്മിഞ്ഞപ്പാലിന്റെ മാധുര്യമാണ് ഗുരു.
സ്നേഹമാണ് , കരുതലാണ് , അറിവാണ് ഗുരു.
അന്ധകാരത്തിൽ നിലവിളക്കായെരിഞ്ഞ്
അവനവനിൽ നിന്ന് പലരിലേക്കും വെളിച്ചം പകരുന്ന
നിത്യസത്യമാണ് ഗുരു.

സ്വധർമ്മം അനുഷ്ഠിക്കാൻ കുരുക്ഷേത്ര ഭൂമിയിൽ
ജഗദ്ഗുരു മുഴക്കിയ വാക്കിലുണ്ട് എന്റെ ഗുരു.
ഞാനും ഈശ്വരനും രണ്ടല്ല, ഒന്നാണ് എന്ന് ഉദ്ഘോഷിച്ച
ശ്രീ ശങ്കരനിലുണ്ട് എന്റെ ഗുരു.

അമ്മയെന്ന സ്നേഹത്തെ അറിയാൻ
ജീവിതമെന്ന ത്യാഗത്തെ ബലപ്പെടുത്താൻ
എന്നും മാർഗ്ഗദർശിയായ തണലായ അച്ഛനിലുണ്ട് എന്റെ ഗുരു.

സീസറിലും , ഹോമറിലും , സോളമനിലും ,
വാത് മീകിയിലും , വ്യാസനിലും , ഹേറാം മൂളിയ ബാപ്പുവിലും
യേശുവിലും , നബിയിലും
വിശ്വപ്രേമത്തിന്റെ പര്യായമായ മദർതെരേസയിലും
ഉണ്ട് എന്റെ ഗുരു.

ഓലമേഞ്ഞ കെട്ടിടത്തിൽ നിന്നും
ആകാശമല്ല അതിരെന്ന് ഓതിത്തന്ന
അദ്ധ്യാപകനിലുണ്ട് എന്റെ ഗുരു.

നിറമുള്ള സ്വപ്നങ്ങളെ എന്നും താലോലിക്കാൻ
അതിർവരമ്പുകളില്ലാതെ സഞ്ചരിക്കുന്ന
കാറ്റിനെപ്പോലെ മേയാൻ പഠിപ്പിച്ച ഗുരു.
ജ്ഞാന ചക്ഷുസ് തുറന്നു തന്ന അറിവിന്റെ നിറകുടം.

ജീവിതമെന്ന സർവ്വകലാശാല , അനുഭവമെന്ന മഹാഗുരു.
പല മാത്രകളിലായി കണ്ടുമുട്ടിയ സഹാപാഠികൾ,
ഓരോരുത്തരും ഓരോ ഗുരുക്കന്മാർ.

ഇന്നെനിക്ക് മനസ്സിലായി
ഒരു കൊച്ചു കുഞ്ഞിന്റെ പുഞ്ചിരിയിൽ
അവന്റെ സ്നേഹത്തിൽ , മുലപ്പാൽ ഇറ്റുവീഴുന്ന ചുണ്ടിൽ,
പ്രപഞ്ച സത്യമോതുന്ന അവന്റെ കരച്ചിലിൽ
എല്ലാമൊരു ഗുരു ഉണ്ട്.

പ്രകൃതിയുടെ മാറിൽ തല ചായ്ച്ച് കിടക്കുമ്പോൾ,
അരുവിയുടെ കളകളം കാതോർത്തിരിക്കുമ്പോൾ,
കുതിച്ചു പായുന്ന വെള്ളച്ചാട്ടത്തിൽ
നനഞ്ഞുകുതിർന്ന് നിൽക്കുമ്പോൾ,
ഗിരിശ്യംഗങ്ങളിൽ കയറി താഴേക്ക് നോക്കുമ്പോൾ
മൂടൽ മഞ്ഞിനെ തുരന്ന് താഴെ വിശാലമായ ഒരു ലോകം -
സത്യത്തിന്റെ, സമാധാനത്തിന്റെ....
അവടെ ഒരു ഗുരു ഉണ്ട്.
ഈ പ്രപഞ്ചം ഗ്രഹങ്ങൾ , നക്ഷത്രങ്ങൾ, സൂര്യൻ,

കാവ്, കുളം, സർപ്പങ്ങൾ എല്ലാം ഓരോ ഗുരുക്കന്മാർ.

ഏത് ചീത്തയിലും നല്ലതുകാണാനും ,
നല്ലതിലെല്ലാം ചീത്ത കാണാതിരിക്കാനും
പഠിപ്പിച്ച മഹത് വ്യക്തിത്വങ്ങൾ, ഗുരുക്കന്മാർ.
സ്വാതന്ത്ര്യസമരത്തിന്റെ തീച്ചൂളയിൽ
എരിഞ്ഞമർന്ന വിപ്ലവ സിംഹങ്ങൾ.

ഹിമാലയ സാനുക്കളിൽ ഞാൻ ആരെന്ന ചോദ്യത്തിന്
ഉത്തരം കണ്ടെത്താൻ അന്തർമുഖരായിരുന്ന് ധ്യാനിച്ച
സന്യാസികളിലുണ്ട് എന്റെ ഗുരു.
ഒരിക്കലും നന്നാവില്ലെന്ന് ശപഥമെടുത്ത സമൂഹത്തെ
തന്റെ പ്രതികരണത്തിലൂടെ നന്നാക്കാൻ അക്ഷീണം
യത്നിക്കുന്ന
സാഹിത്യകാരനിലുണ്ട് എന്റെ ഗുരു.

ചരിത്രമുറങ്ങുന്ന ഈ മണ്ണ്- ഭാരതാംബ എന്നുമെന്റെ ഗുരുവാണ്.
പഞ്ചേന്ദ്രിയങ്ങൾ കൊണ്ട് ഞാൻ ഗ്രഹിച്ച അറിവ്-
നന്മ , സ്നേഹം, ത്യാഗം ഇതൊക്കെ ഗുരുക്കന്മാരാണ്.
ജീവിത യാത്രയിൽ എന്നും ഗുരുത്വം നഷ്ടപ്പെടാതിരിക്കാൻ
ഞാൻ ശ്രദ്ധിക്കും.

ചന്ദ്രയാൻ 3

ചന്ദ്രയാൻ സ്വർഗീയമായ ഒരു
അഭിവാഞ്ഛയായിരുന്നു,
ഇന്ത്യയുടെ അഭിമാനം.
പക്ഷേ അതൊരിക്കലും
ചന്ദ്രന് സ്വസ്ഥത കൊടുത്തില്ല.
വർഷങ്ങളോളം ഉറക്കമുളച്ച
ശാസ്ത്രജ്ഞരുടെ
കഷ്ടപ്പാടിന്റെ, വിയർപ്പിന്റെ
കൃഷിയിടത്തിൽ വിളഞ്ഞ
ഗോതമ്പ് മണിയായിരുന്നു.
അതൊരു വലിയ യുദ്ധത്തിലെ
വിജയം തന്നെയായിരുന്നു.
ശാസ്ത്രത്തിന്റെ വിജയം.

ഭൂമിയുടെ ഇരുണ്ട
വഴിത്താരകൾ കടന്ന് കാന്തിക
വലയം ഭേദിച്ച് ആ ദൗത്യം ഭംഗിയായി നടന്നു.
ചന്ദ്രയാൻ മണ്ണ് തൊട്ടു.
അത് ചന്ദ്രന്റെ ഉപരിതലത്തെ
പഠിക്കാൻ തുടങ്ങി.
ചന്ദ്രയാൻ ചന്ദ്രനിൽ ത്രിവർണ്ണപതാക പാറിച്ചു.
സുവർണ്ണ ലിപികളാൽ എഴുതപ്പെട്ട നിമിഷം.
അവൻ അറിയപ്പെടാത്ത രഹസ്യങ്ങൾ തേടി
ചന്ദ്രോപരിതലത്തിൽ നഖചിത്രങ്ങൾ വരയ്ക്കൻ തുടങ്ങി.
അങ്ങനെ സ്വർഗീയമായ ഈ രാജകൊട്ടാരത്തിൽ
അമ്പിളി വള്ളിക്കുടിലിൽ നമുക്കും ഒരു ഇടമുണ്ടെന്ന്
നമ്മൾ തെളിയിച്ചു.

നമുക്ക് ആസ്വദിക്കാം ചന്ദ്രയാന്റെ വിജയം.

അവന്റെ വിജയം ഭാരതത്തിലെ
ഓരോ പുൽകൊടിയുടെയും വിജയമാണ്.
വർഷങ്ങളായുള്ള സ്വപ്നമാണ് യാഥാർത്ഥ്യമായത്.
ഇല്ല ഇത് ഇവിടെ തീരുന്നില്ല, ഇത് തുടക്കം മാത്രമാണ്.
നമ്മൾ പറക്കുക തന്നെ ചെയ്യും, ഉയരങ്ങൾ തേടി.
'ത്സണ്ടാ ഊഞ്ചാ രഹേ ഹമാരാ
വിജയി വിശ്വ തിരംഗാ പ്യാര
ത്സണ്ടാ ഊഞ്ചാ രഹേ ഹമാരാ. '

സ്നേഹം

സ്നേഹത്തിന്റെ ഭാഷ
എന്റെ അറിവിൽ കവിതയാണ്.
സ്നേഹത്തിന്റെ നിറം ചുവപ്പാണ്.
സ്നേഹത്തിന്റെ ചുണ്ട് ഹൃദയമാണ്.
സ്നേഹത്തിന്റെ ജിഹ്വ കണ്ണുകളാണ്.
സ്നേഹത്തിന്റെ അസ്ഥിവാരം വിശ്വാസമാണ്.

ലോകങ്ങൾ തമ്മിൽ സ്നേഹം കൊണ്ട്
സംസാരിച്ചിരുന്നെങ്കിൽ
നമുക്ക് ശാന്തിയുടെ സ്വർഗ്ഗരാജ്യം
സൃഷ്ടിക്കാമായിരുന്നു.

നമുക്ക് ഹൃദയംകൊണ്ട് സ്നേഹിക്കാം.
സ്നേഹിക്കുന്നവരെ ഒരിക്കലും മറക്കാതിരിക്കാം.
'ലോകാ സമസ്താ സുഖിനോ ഭവന്തു. '

അർജ്ജുനൻ

അർജ്ജുനൻ രണഭൂമിയിൽ
പുണ്യം സ്ഖലിക്കുന്ന യോദ്ധാവ്.
വജ്രഗാണ്ഡീവം തോളിലേറ്റി
ലോകത്തെ കീഴടക്കിയ വില്ലാളി.
ലോകം കണ്ട വലിയ അസ്ത്ര വിദ്യക്കാരൻ.
ആത്മവിശ്വാസത്തിന്റെ പര്യായം.
യുദ്ധക്കളത്തിലെ പേടിസ്വപ്നം.
അമ്പുകൾ കൊണ്ട് മഴ പെയ്യിക്കുന്നവൻ.
ജഗത്ഗുരുവിന്റെ സുഹൃത്ത്.
ജഗത്ഗുരുവിനെ, ബുദ്ധിയെ തേരാളിയാക്കിയവൻ.

എന്നും , എപ്പോഴും
അറിവായി, നിർഭയത്വമായി,
വഴികാട്ടിയായി,
ഉള്ളിലെ വെളിച്ചമായി
ക്ഷേത്രജ്ഞാനിയായി കാർവർണ്ണനെ
സ്വീകരിച്ചവൻ.
മനസ്സാം കുരുക്ഷേത്ര
ഭൂമിയിൽ എന്നും വിജയംകൈവരിച്ചവൻ.
അർജ്ജുനെന്ന ചിരം ജീവി.
ആ അർജ്ജുനൻ നീയും ഞാനും ആണ്.

കവി

എന്റെ എഴുത്ത് ഞാൻ ആകുന്നു. I am what I write. എനിക്ക് ഒളിക്കാ അധികം ഒന്നുമില്ല.
I have nothing much to hide.
ലജ്ജയോ , കപടസദാചാരമോ ഒന്നുമില്ല.

ജീവിക്കുന്ന മരണങ്ങൾ

മുറ്റത്ത് പെയ്യുന്ന മഴയിൽ നനഞ്ഞു കുളിച്ച് ഓരോ നിമിഷവും , ഓരോ തുള്ളുയും ആസ്വദിച്ച് ആയതിനെ കുറച്ച് വെള്ളക്കടലാസിൽ നാലുവരി കോറി ആത്മനിർവൃതി കൊള്ളുന്നു. പക്ഷേ ജീവിതത്തിന്റെ തോരാമഴയിൽ മഹാമാരിയിൽ ഉള്ളുരുകി വെന്ത് ചത്ത് ജീവിക്കുന്നവരാണ് നമ്മൾ.

എനിക്ക് വികസിക്കണം

എനിക്കെപ്പോഴും വലുതാകാനാണ് ഇഷ്ടം.
ചെറുതാവാൻ താല്പര്യമില്ല.
ആഗ്രഹിക്കാൻ കുന്നുള്ളപ്പേൾ
എന്തിനാണ് കുന്നിക്കുരുവിന് വേണ്ടി ബലം പിടിക്കുന്നത് ?

എന്റെ കവിത

ഞാൻ എഴുതുന്നതെല്ലാം കവിതയാണെന്ന് ഞാൻ
വിശ്വസിക്കുന്നു.
അത് ശരിയോ തെറ്റോ ആവാം. പക്ഷേ അത് ഞാൻ
ആസ്വദിക്കുന്നു.

ഓർമ്മപ്പെടുത്തൽ

ഇന്ന് തിരുവോണം ഉഗാണ്ട യൂണിവേഴ്സിറ്റിയിൽ നിന്ന് ബിരുദം നേടാനും,
ഒരു കോടി രൂപ കൊടുത്ത് ജോലി വാങ്ങാനും, ലക്ഷങ്ങൾ കൊടുത്ത് അത്
നിലനിർത്താനുമല്ല. നീലാകാശത്തിന് താഴെ ഒരു മറയുമില്ലാതെ കിടന്നുറങ്ങി,
ഒരു നേരത്തെ ഭക്ഷണം സ്വപ്നം കണ്ട് ഞെട്ടിയുണരുന്ന സഹോദരങ്ങളെ
ഇടം കണ്ണ്കൊണ്ട് എങ്കിലും ഒന്ന് നോക്കാൻ , മനുഷ്യനാണന്ന് സ്വയം ഓർമ്മപ്പെടുത്താൻ ....

ആശംസകൾ

ചിലപ്പോൾ മഴയായി, ചിലപ്പോൾ വെയിലായി , ചിലപ്പോൾ മഞ്ഞായി, മാറിലെ തുടിപ്പായി , ചിലപ്പോഴെങ്കിലും കലിതുള്ളുന്ന ഭദ്രകാളിയായി, അമ്മയായി , കാമുകിയായി , ജേഷ്ഠത്തിയായി വിയർപ്പും , രക്തവും, രേതസും പറ്റി നിന്റെ കുഞ്ഞുങ്ങൾക്ക് അമ്മയായി , അവരെ കരുതലേടെ നേരിന്റെ വഴിയിൽ നടത്തി നിന്റെ കൂടെ എന്നും നിന്റെ നിഴലായി, നിന്റെ വിജയത്തിന് ഉള്ളുരുകുന്ന നിന്റെ നേർപാതിക്ക് ആശംസകൾ നേരുന്നു നേരിട്ട് കാണാത്ത ഈ സഹോദരൻ.

യാത്ര

ജീവിതം ഒരു വലിയ യാത്രയാണ്.
ഞാനിന്ന് ഒരു ചെറിയ യാത്രയിലാണ്.
ഈ യാത്രയുടെ തുടക്കവും ഒടുക്കവും എനിക്കറിയാം.
അനുഭവവും , കാഴ്ചകളും സുഹൃത്തുക്കളായികൂടെ ഉണ്ട്.
I am in their jocund company.

കുരുന്ന് മനസ്സ് പിടഞ്ഞപ്പോൾ

സ്റ്റീഫൻ ഹോക്കിംഗ്സും, ഹെലൻ കെല്ലറും, ബിഥോവനും വൈകല്യങ്ങളെ പോലും അവസരങ്ങളാക്കി മാറ്റിയവരാണ്. വഴിയോരത്ത് കാലുകൾ ഇല്ലാതെ ഇഴഞ്ഞു നീങ്ങുന്ന ഒരു മനുഷ്യൻ കണ്ണിന് മുന്നിൽ ദേവിയുടെ ചിത്രം വരച്ചു. വർഷങ്ങക്ക് മുൻപാണ്. അന്ന്തൊട്ട് ഇന്നുവരെ ഞാൻകണ്ട ദൈവങ്ങൾക്കൊന്നും ആ ദൈവികത ഇല്ലായിരുന്നു. അത് എന്റെ കുട്ടിക്കാലം ആയിരുന്നു. ഹരിപ്പാട് അമ്പലത്തിൽ ഉത്സവം നടക്കുന്ന സമയം , ആൾക്കാരെല്ലാം ആനയുടേയും സേവയുടേയും പുറകെ നടക്കുമ്പോൾ, ആളും ആരവവും ഇല്ലാതെ ഇഴഞ്ഞുനീങ്ങുന്ന ആ മനുഷ്യൻ വരച്ചചിത്രത്തിന് ആയിരം സൂര്യചന്ദ്രൻമാരുടെ ശോഭ ഉണ്ടായിരുന്നു. കയ്യാലിലുണ്ടായിരുന്ന അഞ്ച് രൂപ തുട്ട് കാണിക്ക ഇട്ടതുകൊണ്ട് അയാൾക്ക് കൊടുക്കാൻ എന്റെ കയ്യിൽ വേറോന്നും ഉണ്ടായിരുന്നില്ല. തിരക്കിൽ കഷ്ടപ്പെട്ട് വീട്ടിലെത്തി കുടുക്കയിൽ നിന്നും പൈസയുമായി തിരിച്ചുചെന്നപ്പോൾ ആ കലാകാരനും അവിടെ ഉണ്ടായിരുന്നില്ല. അത് ആ കുഞ്ഞുമനസ്സിൽ വല്ലാത്ത വിഷമം ഉണ്ടാക്കി.

മുഹമ്മദ് നബി

നബിദിനം അന്ത്യപ്രവാചകന്റെ ഓർമ്മകൾ തുള്ളിത്തുടിക്കുന്ന മഹനീയ ദിനമാണ്.
ശാന്തമായി നമ്മെ തഴുകി പോയ മന്ദമാരുതനായിരുന്നു അവൻ.
നബിദിനം സ്നേഹത്തിന്റെയും പ്രാർത്ഥനയുടെയുടേതുമാണ്.
വിശ്വാസികളുടെ ഹൃദയങ്ങളിൽ ഈ ദിനം
വിശ്വപ്രേമത്തെ ഊട്ടിയുറപ്പിക്കുന്നു.

പ്രവാചകന്റെ വചനങ്ങൾ ശുദ്ധ ബുദ്ധി സ്വരൂപങ്ങൾ
ആയിരുന്നു.
അത് ആത്മാക്കളെ നയിക്കുകയും
നീലാകാശത്തിൽ ചന്ദ്രിക വിരിയിക്കുകയു ചെയ്തു.

നബി നമ്മളെ പഠിപ്പിച്ചത് നന്മയിലേക്ക് നടക്കാനും
പ്രകാശത്തെ സ്വന്തമാക്കാനുമാണ്.
ഈ ദിനത്തിൽ ഹൃദയങ്ങൾ ഒന്നിക്കട്ടെ.
പാടങ്ങളിൽ സ്നേഹവും സമാധാനവും വിളയട്ടെ.

മനുഷ്യന് അന്നം കൊടുക്കാൻ, അറിവ് കൊടുക്കാൻ
ഈശ്വരൻ വിധിച്ച സ്വർണ്ണ പത്രം ആയിരുന്നു അവൻ.
പ്രത്യാശ നഷ്ടപ്പെട്ട ഒരു ജനസമൂഹത്തിന്
പ്രകാശഗോപുരം പോലെ അവൻ നിലകൊണ്ടു.

അവന്റെ കണ്ണുകൾക്ക് ഇന്നലയും, ഇന്നും, നാളെയും
കാണാൻ കഴിയുമായിരുന്നു.
അവൻ നടന്നുപോയ പാതയിലെല്ലാം സ്നേഹത്തിന്റെ
ചിഞ്ചിലം കേൾക്കാമായിരുന്നു.
അവന്റെ വാക്കുകൾക്ക് മുല്ലപ്പൂവിന്റെ ഗന്ധവും, തേനിന്റെ
രുചിയും,
കടലിന്റെ ആഴവും ഉണ്ടായിരുന്നു.

അവൻ ഹൃദയങ്ങളെ തമ്മിൽ അടുപ്പിച്ചു.
കണ്ണുകളിലെ തിമിരമകറ്റി.
ഒളിമ്പസ് പർവതത്തിൽ നിന്നും തീയുമായി എത്തിയ
പൊമിത്യൂസിനെ പോലെ അന്ധകാരത്തിന്റെ അഗാധതയിൽ
ആഴ്ന്നുപോയ മക്കയെ അവൻ ദുശാസന കേളിയിൽ നിന്ന്
രക്ഷിച്ചു.
പരിശുദ്ധിയുടെ തുമ്പപ്പൂ അണിയിച്ചു.

അവൻ സാധാരണക്കാരനിൽ സാധാരണക്കാരന് നീതി
ഉറപ്പാക്കി.
കാരുണ്യത്തിന് വേണ്ടിയുള്ള അവന്റെ ശബ്ദത്തിന്
സിംഹഗർജനത്തിന്റെ ശക്തി ഉണ്ടായിരുന്നു.
അവന്റെ പ്രവർത്തിയിൽ ശാന്തി നിഴലിച്ചിരുന്നു.
അവന്റെ വചനങ്ങൾ കാലദേശാതിവർത്തിയായിരുന്നു.

പരമ കാരുണികനായ അല്ലാഹുവിൽ വിശ്വസിക്കുക,
മനുഷ്യന്റെ സാഹോദര്യത്തിൽ വിശ്വസിക്കുക. എന്ന് അവൻ
ഉദ്ഘോഷിച്ചു.

സ്നോഹത്തിന്റെ ആയുധവും പേറി അജ്ഞാനത്തിന്റെ
ശത്രുസൈന്യത്തെ അവൻ മുച്ചൂടും നശിപ്പിച്ചു.
മനുഷ്യ ഹൃദയങ്ങളിൽ, രക്ത ധമനികളിൽ, ചിന്തയിൽ
വെളിച്ചമായി, വഴികാട്ടിയായി , ദൈവദൂതനായി അവൻ
നിലകോള്ളുന്നു.

ഡോ. അരുൺകുമാർ എന്ന എഴുത്താളൻ

ഡോ. അരുൺകുമാർ എസ്, ലക്ചറർ, കവി, എഴുത്തുകാരൻ, പ്രഭാഷകൻ, നിയമജ്ഞൻ, യോഗാചാര്യൻ എന്നിവരെല്ലം ഒന്നായി മാറി ഒരാൾ. പക്ഷേ അരുണിനെ അടിമുതൽ മുടിവരെ ഒറ്റവാക്കിൽ വിശേഷിപ്പിക്കണമെങ്കിൽ അതിന് ഒരു പേരേ ചേരൂ, അത് കവി എന്ന വാക്ക് തന്നെയാണ്.

ആദ്യകാല ജീവിതം

ഡോ. അരുൺ കുമാർ 1980 മെയ് 30 ന് ആലപ്പുഴയിലെ ഹരിപ്പാട് ജനിച്ചു, പിതാവ് വിരമിച്ച അദ്ധ്യാപകൻ വി. എൻ ശിവശങ്കരപ്പിള്ളയും അമ്മ പരേതയായ ഡോക്ടർ എൽ ജയശ്രീയുമാണ്.

വിദ്യാഭ്യാസം

അണ്ണാമലൈ സർവകലാശാലയിൽ നിന്ന് എംഎയും കായംകുളത്തെ ടീച്ചർ എജ്യുക്കേഷൻ സെന്ററിൽ നിന്ന് ബിഎഡും നേടി. ലക്ചറർഷിപ്പിന് സെറ്റ് പരീക്ഷ പാസായി. പോണ്ടിച്ചേരി സർവകലാശാലയിൽ എം.എച്ച്.ആർ. ചെയ്തു. പി.എച്ച്.ഡി. എടുത്തു - ടാഗോറിന്റെ കവിതകളിലെ ആധുനികത ഗീതാഞ്ജലിയുടെ പ്രത്യേക പരാമർശത്തോടെ. ഇത് കൂടാതെ അണ്ണാമലൈ സർവകലാശാലയിൽ നിന്ന് നിയമ ബിരുദവും നേടിയിട്ടുണ്ട്. കരാട്ടെയിൽ സെക്ക

ൻഡ് ഡാൻ ബ്ലാക്ക് ബെൽറ്റും യോഗാചാര്യനുമാണ്.

മലയാളം, ഇംഗ്ലീഷ് കവിതാ മേഖലകളിൽ ശ്രദ്ധേയമായ സംഭാവനകൾ നൽകിയ കവിയും പണ്ഡിതനുമായ അദ്ദേഹം , ചെറുപ്പം മുതലേ കവിത എഴുതാനുള്ള അഭിനിവേശം പ്രകടിപ്പിച്ചിരുന്നു. ഡോ. അരുൺ, സ്കൂൾ പഠനകാലത്ത് വിവിധ കവിതാ മത്സരങ്ങളിൽ സജീവമായി പങ്കെടുക്കുകയും അസാധാരണമായ കഴിവുകൾക്ക് നിരവധി അവാർഡുകൾ വാരിക്കൂട്ടുകയും ചെയ്തു.

സാഹിത്യ സംഭാവനകൾ

വികാരങ്ങൾ പ്രകടിപ്പിക്കാനും തന്റെ വരികളിലൂടെ വികാരങ്ങൾ ഉണർത്താനുമുള്ള കഴിവാണ് ഡോ. അരുണിന്റെ കാവ്യയാത്രയുടെ സവിശേഷത. മലയാളത്തിലും ഇംഗ്ലീഷിലും അംഗീകാരം നേടിയ അദ്ദേഹത്തിന്റെ കവിത ഭാഷാ അതിർവരമ്പുകളെ മറികടക്കുന്നു. ഒരു ദ്വിഭാഷാ കവി എന്ന നിലയിൽ , വൈവിധ്യമാർന്ന പ്രേക്ഷകരിലേക്ക് എത്തിച്ചേരാനും തന്റെ വാക്കുകൾ കൊണ്ട് ശാശ്വതമായ സ്വാധീനം സൃഷ്ടിക്കാനും അദ്ദേഹത്തിന് കഴിഞ്ഞു.

റൊമാന്റിക് ശൈലിക്ക് പേരുകേട്ട ഡോ. അരുണിന്റ കവിതകൾ അദ്ദേഹത്തിന്റെ ആഴത്തിലുമുള്ള വികാരങ്ങളുടെ പ്രതിഭലനവും വ്യക്തിപരമായ ആവിഷ്കാരത്തിനുള്ള ഉപാധിയുമാണ്. സ്നേഹത്തിന്റെയും അഭിവാഞ്ഛരയുടെയും മാനുഷിക അനുഭവങ്ങളുടെയും സാരാംശം ഉൾകൊള്ളുന്ന അദ്ദേഹത്തിന്റെ വരികൾ ആഴത്തിലുള്ള തലത്തിൽ വായനക്കാരിൽ പ്രതിധ്വനിക്കുന്നു. തന്റെ കവിതയിലൂടെ , തന്റെ തൂലികയിലൂടെ സാന്ത്വനവും ബന്ധവും നൽകി അനേകർക്ക് വൈകാരികമായ പകരക്കാരനായി അദ്ദേഹം മാറി. അക്കാദമിക് രംഗത്തെ അദ്ദേഹത്തിന്റെ നേട്ടങ്ങളും തന്റെ സൃഷ്ടിയോടുള്ള അചഞ്ചലമായ അർപ്പണബോധവും സാഹിത്യ ലോകത്തും സമൂഹത്തിലും ശ്രദ്ധോയനായ വ്യക്തിയെന്ന നിലയിൽ അദ്ദേഹത്തിന്റെ സ്ഥാനം ഉറപ്പിച്ചു.

2002-ൽ ഹൈസ്കൂൾ അദ്ധ്യാപകനായി ജോലിയിൽ പ്രവേശിച്ചു, യുവമനസുകളെ പരിപോഷിപ്പിക്കുകയും ക്ലാസ് മുറിയിൽ അറിവ് പകർന്നു നൽകുകയും ചെയ്തുകൊണ്ട് ഡോ. അരുൺ തന്റെ കരിയർ ആരംഭിച്ചു. വിദ്യാഭ്യാസത്തോടും സാഹിത്യത്തോടും ഉള്ള അദ്ദേഹത്തിന്റെ അഭിനിവേശം അദ്ദേഹത്തെ പണ്ഡിതോചിതമായ ഒരു പര്യവേക്ഷണം ചെയ്യാൻ പ്രേരിപ്പിച്ചു. 2009 ൽ അദ്ദേഹം വൊക്കേഷണൽ ഹയർസെക്കൻഡറി ഡിപ്പാർട്ട്മെന്റിൽ ഇംഗ്ലീഷ് അദ്ധ്യാപകനായി ചേർന്നു.

തന്റെ അധ്യാപന ജീവിതത്തോടൊപ്പം , ഡോ. അരുൺകുമാർ കാവ്യ സൃഷ്ടിയും തുടരുന്നു. അദ്ദേഹത്തിന്റെ ആദ്യത്തെ പ്രസിദ്ധീകരിച്ച കൃതി 'സുദർശനം' മലയാള കവിതകളുടെ ഒരു സമാഹാരം ആണ്. ഈ ആദ്യ പ്രസിദ്ധീകരണം അദ്ദേഹത്തിന്റെ കാവ്യശക്തി പ്രകടമാക്കുകയും സാഹിത്യാസ്വാദകരുടെ ശ്രദ്ധ ആകർഷിക്കുകയും ചെയ്തു.

പോസിറ്റീവായ പ്രതികരണത്തിൽ പ്രചോദനം ഉൾകൊണ്ട് അദ്ദേഹം തന്റെ കൃതികൾ എഴുതുകയും പ്രസിദ്ധീകരിക്കുകയും ചെയ്തു

'Good Vision' എന്ന് പേരിട്ടിരിക്കുന്ന അദ്ദേഹത്തിന്റെ രണ്ടാമത്തെ പുസ്തകം ഭാഷയിലുള്ള അദ്ദേഹത്തിന്റെ വൈദഗ്ധ്യവും വാക്യങ്ങളിലൂടെ അഗാധമായ വികാരങ്ങൾ പ്രകടിപ്പിക്കാനുള്ള അദ്ദോഹത്തിന്റെ കഴിവും കൂടുതൽ പ്രദർശിപ്പിച്ചു.

ഡോ. അരുണിന്റെ കവിതകൾ വായനക്കാരിൽ പ്രതിധ്വനിക്കുകയും അവരുടെ ഹൃദയം കവർന്നെടുക്കുകയും അദ്ദേഹത്തിന് അർപ്പണബോധമുള്ള അനുയായികളെ സമ്പാദിക്കുകയും ചെയ്തു.

തന്റെ രചനകൾ കൂടാതെ ഡോ. അരുൺ തന്റെ കാവ്യജീവിതം പ്രകടിപ്പിക്കാൻ മറ്റ് മാധ്യമങ്ങളും പര്യവേക്ഷണം ചെയ്തു. 'ആത്മയാനത്തിന്റെ കവിത'എന്ന ഒരു ഓഡിയോ സീഡി 2022-ൽ അദ്ദേഹം പുറത്തിറക്കി. അദ്ദേഹത്തിന്റെ ഏറ്റവും പുതിയ കൃതിയാണ് 'Truth Goodness and Beauty Behind Love. 'ലോകം മുഴുവൻ സ്വാർത്ഥതയുടെ അന്ധകാരത്തിൽ ധൃതരാഷ്ട്രത്വം ബാധിച്ചിരിക്കുപ്പോൾ ആ ഇരുട്ടിൽ നിന്നും നമ്മളെ വെളിച്ചത്തിലേക്ക് കൈപിടിച്ച് നടത്തുന്നതാണ് അരുണിന്റെ സ്നേഹത്തിന്റെ കൈത്തിരി. ഈ പുസ്തകം കേരളത്തിൽ പ്രകാശനം ചെയ്ത്ത് കേരളത്തിന്റെ ബഹു. കൃഷി മന്ത്രി പി. പ്രസാദ് ആണ്. ഡോ. അരുണിന്റെ പുസ്തകങ്ങൾ ആമസോണിലും ഫ്ലിപ്കാർട്ടിലും ലഭ്യമാണ്. അച്ചടിച്ച പകർപ്പുകൾക്ക് പുറമേ, ലോകമെമ്പാടുമുള്ള വായനക്കാർക്ക് അത് അക്സസ് ചെയ്യാനും അഭിന്ദിക്കാനും അനുവദിക്കുന്ന ഇ-ബുക്കായി അദ്ദേഹത്തിന്റെ ഏറ്റവും പുതിയ പുസ്തകം ലഭ്യമാണ്. ശബ്ദമില്ലാത്തവനു വേണ്ടി ശബ്ദിച്ചപ്പോൾ, എന്റെ നഗരപുരേശൻ എന്നീ കൃതികളുടെ പണിപ്പുരയിലാണ്.

പ്രധാന നേട്ടങ്ങൾ

നിരവധി നേട്ടങ്ങൾ അരുണിന് ഉണ്ടായിരുന്നു.

കേരളത്തിലെ പ്രശസ്ത കഥകളി കലാകാരന്റെ നാമധേയത്തി

ലുള്ള ഹരിപ്പാട് രാമകൃഷ്ണൻ ട്രസ്റ്റിന്റെ വാർഷിക ചടങ്ങിൽ അദ്ദേഹത്തെ മുൻ ആഭ്യന്തരമന്ത്രിയും ഹരിപ്പാട് എം. എൽ. എയുമായ ശ്രീ. രമേശ് ചെന്നിത്തല ആദരിച്ചു. 30 കൊല്ലത്തോളം ആയി ഉള്ള മലയാള സാഹിത്യത്തിലെയും വിശ്വ സാഹിത്യത്തിലെയും സംഭാവനക്കും കിതക്കാതെ കുതിപ്പോടുകൂടിയുള്ള സാമൂഹിക പ്രവർത്തനത്തിനും കേരളത്തിന്റെ ബഹു. അഗ്രകൾച്ചർ മിനിസ്റ്റർ പി. പ്രസാദ് കവിയെ ആദരിക്കുകയും അനുമോദിക്കുകയും ചെയ്തു. 2019ലെ യുവകവികൾക്കുള്ള കലസാഹിതി അവാർഡ് അദ്ദേഹത്തിന് ലഭിച്ചു. 2017-ലെ കുഞ്ഞിക്കുട്ടൻ തമ്പുരാൻ സ്മാരക അവാർഡും ലഭിച്ചിട്ടുണ്ട്. പാവപ്പെട്ടവർക്കും ദരിദ്രർക്കും സൗജന്യ നിയമോപദേശം നൽകാറുണ്ട്. താൻ പഠിപ്പിക്കുന്ന സ്കൂളിൽ പുസ്തകം ഇല്ലാത്ത കുട്ടികൾക്ക് സൗജന്യമായി പുസാതകം കൊടുക്കുന്നു. സ്കൂൾ ലൈബ്രറിയിലെക്ക് ദിനപ്പത്രം സംഭാവന ചെയ്യുന്നു. യുവാക്കൾക്കും വളർന്നു വരുന്ന എഴുത്തുകാർക്കും അദ്ദേഹം പൂർണഹൃദയത്തോടെ പിന്തുണനൽകുന്നു. ഈ യുഗം സാഹിത്യ സാംസ്കാരിക സംഘടനയുടെ സംസ്ഥാന പ്രസിഡന്റൊണ്. ശ്രേഷ്ഠ ഭാഷാസംസ്ഥന കമ്മിറ്റി അംഗം ഡിസ്ട്രിക്ട് എക്സിക്യൂട്ടിവ് കമ്മറ്റി അംഗം

യുവകലാസാഹിതി ജില്ലാ കമ്മിറ്റി അംഗം, യുവകലാസാഹിതി ഹരിപ്പാട് മണ്ഡലം കമ്മിറ്റി പ്രസിഡന്റ് , ഇന്ത്യൻ സൊസൈറ്റി ഫോർ കൾച്ചറൽ കോഓപ്പറെഷൻ ആൻഡ് ഫ്രണ്ട്ഷപ്പ് ഹരിപ്പാട് , രക്ഷാധികാരി എന്നീ നിലകളിൽ അദ്ദേഹം നിർണായക പങ്ക് വഹിച്ചു വരുന്നു. ഡിജിറ്റലായി പോലും 15-ലധികം സാമൂഹിക -സാഹിത്യ സംഘടനകളുടെ അംഗമായം ഭരണാധികാരിയായും അദ്ദേഹം പ്രത്യക്ഷപ്പെട്ടു. ദർപ്പണം എന്നപേരുള്ള സാഹിത്യ മാസികയുടെ എഡിറ്റർ എന്ന നിലയിലും സുവർണ്ണ ശോഭയിൽ നിൽക്കുന്നു. എല്ലാ ദിവസവും അദ്ദേവം സാഹിത്യ സമൂഹത്തോട് പ്രതികരിക്കുകയും അടിയന്തിര സാമൂഹിക ആശങ്കകളിൽ ഇടപെടുകയും ചെയ്യുന്നു.